கொன்றைவேந்தன் மீள்வாசிப்பு

(புத்தநெறிப் பொருளாதாரம்)

மா. அமரேசன்

அறம் பதிப்பகம்

கொன்றை வேந்தன் மீள் வாசிப்பு
–புத்தநெறிப் பொருளாதாரம் (கட்டுரைகள்)

மா. அமரேசன் ©
முதல் பதிப்பு – அக்டோபர் 2021

வெளியீட்டு எண்:
வெளியீடு: அறம் பதிப்பகம்,
3/582, முல்லைத் தெரு, கஸ்தூரிபாய் நகர்,
TNHB எதிரில், முள்ளிப்பட்டு கிராமம் & அஞ்சல்,
ஆரணி வட்டம், திருவண்ணாமலை மாவட்டம் – 632316
தொடர்புக்கு: 9150724997
மின்னஞ்சல்: arampublication50@gmail.com

நூல் வடிவமைப்பு: ஜீ. முருகன்

அச்சிட்டோர்: துர்கா பிரிண்டர்ஸ், சென்னை 117

பக்கங்கள்: 116, விலை : ரூ. 160

ISBN: 978-93-91480-24-0

Kondrai Vendan Meelvasippu
- Bhutha Nerip Poruladaram

Author: M. Amaresan
© Author

First Edition: October, 2021

Published by: Aram Publication
Address: No. 3/582, Mullai street,
Kasthuribai nagar, Mullipattu village & post
Arani Taluk - 632 316
Tiruvannamalai Dt, Tamil nadu

Contact Cell No: 9150724997
e-mail: arampublication50@gmail.com

Printed at: Durga printers, Chennai-117

Pages: 116, Price: INR 160

சமர்ப்பணம்...

புத்தநெறிப் பொருளாதர ஆளுமைகளான

வணக்கத்துக்குரிய பகவான் புத்தர்

உயர்திரு. பிக்குனி அவ்வையார்

உயர்திரு. பண்டிதர் அயோத்திதாசர்

உயர்திரு. முனைவர் எட்வின் செலிக்மேன்

உயர்திரு. முனைவர் பீ.ஆர். அம்பேத்கர்

உயர்திரு. முனைவர் ஜே.சி.குமரப்பா

உயர்திரு. ஷூமேக்கர்

உயர்திரு. மசான புக்காகோ

உயர்திரு. முனைவர் அமிர்த்திய சென்

உயர்திரு. நெல் ஜெயராமன்

உயர்திரு. வினோபா பாவே

உயர்திரு. கிருஷ்ணம்மாள் ஜெகநாதன்

ஆகியோருக்கு...

என்னுரை

"**கொ**ன்றை வேந்தன் மீள் வாசிப்பு, என்னும் இந்தப் புத்தகத்தை ஆத்திசூடி மீள் வாசிப்பு எழுதியதும் எழுத நினைத்து நீண்ட நாட்களுக்கு முடிக்க முடியாமல் இருந்த ஒரு எளிய சிறு புத்தகமாகும். இந்தப் புத்தகத்தை முடிக்க நான் மிகவும் சிரமப் பட்டேன். காரணம், புத்தநெறிப் பொருளாதாரம் என்பது நடப்புக் காலத்தில் கடலைப் போல் மிக ஆழமாகவும், வானைப் போல் மிக நீண்டும் செல்கின்ற ஒரு பேசு பொருளாக இருந்ததுதான். இதனை நான் மிகவும் சுருங்கச் சொல்ல விழைந்தேன் என்பதுதான் இந்தச் சிக்கலுக்கும், காலதாமதத்துக்கும் காரணம். வரும் காலத்தில் புத்தநெறி பொருளாதாரம் குறித்து விரிவான புத்தகம் ஒன்றை எழுதும் எண்ணமும் இருக்கிறது.

புத்தர் குடும்பத்தாருக்கு கூறிய அறிவுரையோடு சேர்த்து புத்தர் குடும்பத்தாருக்கு கூறிய பொருளாதார அறிவுரையும் இந்த புத்தகத்தில் விளக்கமளிக்க விரும்பினேன். அது நிகழ்ந்ததா? என்பதை வாசகர்கள் தெரிவித்தால் மகிழ்ச்சியடைவேன்.

கணினியுகத்தில், குடும்பம் என்னும் அமைப்பை சிதைக்கவே காட்சி ஊடகங்களும், அச்சு ஊடகங்களும் வெகு முயற்சி எடுக்கின்றன. இந்த இடர்பாட்டிலிருந்து காப்பாற்றவே, புத்தரின் சிகாலவாத சுத்தத்தை எடுத்து விளக்கி ஒரு புத்தகம் எழுத விரும்பினேன்.

மேலும் இன்றுள்ள திரைப்படங்களும், திரை நாயகர்களும் மதுவை பிரச்சாரம் செய்வதுபோல் காட்சிகளும், பாடல்களும் வைத்து ஆண்களிடத்தும், பெண்களிடத்தும் மதுவை ஆராதிக்கும் பிம்பத்தை உருவாக்குகின்றனர். முன்பெல்லாம் ஓர் ஊரில் குடிகாரர்களைப் பட்டியலிட்டு சொல்லுவார்கள். இப்போது கிராமத்திலும் உறவினர்கள் மத்தியிலும் குடிக்காதவர்களைப்

பட்டியலிட்டு சொல்கின்றனர். அவர்களை வெத்துவேட்டு என்று அழைக்கும் போக்கை கடைபிடிக்கின்றனர். மது எத்தகைய தீமையை தனிநபருக்கும் குடும்பத்துக்கும், நாட்டுக்கும் உருவாக்குகின்றது என்பதை புத்தரின் போதனைகளிலிருந்து விளக்க விழைந்ததன் வெளிப்பாடுதான் கொன்றைவேந்தன் மீள் வாசிப்பு. பிழையுறு காமத்தின் ஆபத்தையும், கற்பில்லாத வாழ்க்கையை போதிக்கும் ஊடகங்களின் மத்தியில் புத்தரின் போதனையையும் நினைவுகூறவே இந்தப் புத்தகம்.

இந்தப் புத்தகத்தை சிறப்பாக வடிவமைத்த தோழர். ஜீ.முருகனுக்கு நெஞ்சார்ந்த நன்றி. அச்சிட்ட துர்கா பைன் டர்ஸ்க்கு நெஞ்சார்ந்த நன்றி. பதிப்புத் துறையில் செயல்பட அனுமதி அளித்துக் கொண்டிருக்கும் பிரபஞ்சத்துக்கும் நன்றி.

மா. அமரேசன்

ஆரணி,
செப்டம்பர், 2021.

பதிப்புரை

“ **கொ**ன்றை வேந்தன் மீள் வாசிப்பு என்னும் இந்தப் புத்தகத்தை வெளியிடுவதில் அறம் பதிப்பகம் பெருமை கொள்கின்றது. ஆத்திசூடி மீள் வாசிப்பு, தற்போது கொன்றைவேந்தன் மீள் வாசிப்பு என அயோத்திதாசரின் வழி நின்று மா. அமரேசன் மீள் வாசிப்பு நிகழ்த்துகின்றார்.

மூல இலக்கியத்துக்குள் நுழைந்து, அதன் பொருள் உணர்ந்து, அதனை தகுந்த இடத்துடன் நிரப்பி தனது கருத்தை சொல்லுதல் மிகக் கடினமான பணி. அதனை மா. அமரேசன் எளிதாகவே செய்திருப்பதாகப் படுகின்றது இந்தப் புத்தகத்தில்.

இந்தப் புத்தகத்தை கல்லூரிகளும், பல்கலைக் கழகங்களும், பாடப் புத்தகமாக்கி இதன் பொருளிலிருந்து புதியப் புதிய ஆய்வுகளைத் தொடங்க வேண்டும் என்பதே அறம் பதிப்பகத்தின் விருப்பமும் கூட.

வாழ்த்துக்களுடன் அறம் பதிப்பகத்துக்காக

அ.கௌ. இன்பகுமாரி

ஆரணி,

செப்டம்பர், 2021

உள்ளே...

கொன்றைவேந்தன் ஒப்பீடு

கொன்றைவேந்தனை ஓலைச்சுவடியிலிருந்து முதன் முதலில் அச்சுக்குக் கொண்டுவந்தவர் திரு. ந.மு. வேங்கடசாமி நாட்டார் அவர்கள். அவரின் உரையை தழுவி பலரும் உரையெழுதியுள்ளனர். கொன்றைவேந்தனுக்கு உரையெழுதியுள்ளனர். ந.மு. வேங்கடசாமி நாட்டார் அவர்கள் முதற் கொண்டு அவருக்குப்பின் உரையெழுதியவர்கள் அனைவரும் கொன்றைவேந்தனை சைவநெறி நோக்கில் உரையெழுதியவர்கள். இவர்கள் எழுதிய உரைகளிலிருந்து மாறுபட்டு பண்டிதர் அயோத்திதாசர் மட்டுமே புத்தநெறி சார்பாக இருந்து உரையெழுதி விளக்கம் அளித்துள்ளார்.

கொன்றைவேந்தன் சைவநெறி சார்புடையதா அல்லது புத்தநெறி சார்புடைய இலக்கியமா என்பதை ஆய்வுக்கு உட்படுத்தும் போது, அயோத்திதாசர் தவிர வேறு எவருமே மாற்றுக்கருத்தில்லாமலேயே சைவநெறி சார்புடையவர்களாகவே தமது உரையை எழுதியுள்ளார்கள். ஆனால் இவர்கள் தமது உரைக்கு ஆதாரமாக எந்த எந்த இலக்கியங்களில் இருந்து தரவுகளை எடுத்துக் கையாண்டார்கள் என்ற விளக்கமேதும் தரவில்லை,

அயோத்திதாசப் பண்டிதர் மட்டுமே தாம் உரையெழுதிய கொன்றைவேந்தனுக்கு ஆதாரமாக தாம் ஆய்வுக்கு எடுத்துக் கொண்ட புத்தகங்களின் பட்டியலைத் தந்துள்ளார். மேலும் கொன்றைவேந்தனில் சுட்டியுள்ள சொற்கள் அதே பொருளில் எந்ததெந்த இலக்கியங்களில் சுட்டிக்காட்டப்பட்டுள்ளது என்பதையும் நமக்கு அய்யத்திற் கிடமின்றி நிறுவுகின்றார்.

சைவநெறி நோக்கில் உரையெழுதிய எவருமே இத்தகைய ஆய்வுப் புலத்துடன் உரையெழுதாத காரணத்தால்

அயோத்திதாசரின் உரையின் மீது ஆய்வாளர்கள் நம்பிக்கை கொண்டிருக்கின்றனர். அதே நேரத்தில் பொதுச்சமூகம் சைவநெறி நோக்கில் உரையெழுதியவர்களையே நம்புகின்றது.

பொதுச்சமூகத்தினரே எங்கும் பரவியுள்ளதால், அயோத்தி தாசரின் உரைகளை பள்ளிகளிலும், கல்லூரிகளிலும் கற்பிக்கப் படாமலே புறக்கணிக்கின்றனர்.

அயோத்திதாசர் கொன்றைவேந்தனுக்கு உரையெழுத தரவுக் காக எடுத்துக்கொண்ட இலக்கியங்களின் பட்டியல் கீழே தரப்பட்டுள்ளது.

1. பின்கலை நிகண்டு
2. சூளாமணி
3. சீவக சிந்தாமணி
4. பட்டினத்தார் பாடல்கள்
5. கடவுளந்தாதி
6. ஔவைக்குறள்
7. திரிக்குறள்
8. அறநெறிச்சாரம்
9. நாயனாதிகாரர் காப்பியம்
10. சங்கத்துபராதம்
11. நாலடி நானூறு
12. நீதிநெறி விளக்கம்
13. ஞானக்குடுமி
14. நெஞ்செறி விளக்கம்
15. அறநெறித் தீபம்
16. யாப்பருங்கலைக்காரிகை
17. பாரதம்
18. அருங்கலைச் செப்பு
19. மூவர் தமிழ்
20. அகப்பேய்சித்தர் பாடல்கள்
21. விவேகசிந்தாமணி – சாந்தபலன்

22. பதஞ்சலியார் ஞானம்
23. மச்சமுனிவர் ஞானம்
24. கன்மச்சூத்திரம்
25. பழமொழி விளக்கம்
26. காக்கைபாடியம்

ஆகிய இலக்கியப் புத்தகங்களிலிருந்து தரவுகளையும் ஒத்த சொல்லுக்கான பொருளையும் சுட்டிக்காட்டி கொன்றைவேந்தன் புத்தநெறி நோக்கில் எழுதப்பட்ட அறஇலக்கியம் என்பதை ஆய்வுகளின் வழியாக நிறுவியுள்ளார்.

ஒப்பீட்டுக்காக ந.மு.வேங்கடசாமி நாட்டாரின் கொன்றை வேந்தன் உரையையும், அயோத்திதாசப் பண்டிதரின் உரையையும் இங்கே தொகுத்து தந்துள்ளேன். ●

கடவுள் வாழ்த்து

கொன்றை வேந்தன் செல்வன் அடிஇணை
என்றும் ஏத்தித் தொழுவோம் யாமே

ந.மு.வேங்கடசாமி நாட்டார் விளக்கம் ந.மு. ந.மு.

சிவபெருமானுக்குத் திருக்குமாரராகிய விநாயக் கடவுளின் இரண்டு திருவடிகளையும் நாம் எப்பொழுதும் துதித்து வணங்குவோம். (ஏ – ஈற்றசை)

பண்டிதர் அயோத்திதாசர் விளக்கம்

மலைக்குன்றில் வாழும் அரசனென்றும், அழியா செல்வமுடையவனென்றும் வழங்கப்பெற்ற புத்தபிரானின் செந்தாமரைப் பாதங்களை என்றும் தொழுது வணங்குவோம்.

1. அன்னையும் பிதாவும் முன்னறி தெய்வம்

ந.மு.வேங்கடசாமி நாட்டார் விளக்கம்

தாயும் தந்தையும் முன்பு காணப்பட்ட தெய்வங்களாவார்.

பண்டிதர் அயோத்திதாசர் விளக்கம்

தாயும் தந்தையும் காணக்கூடிய கடவுள்கள்.

2. ஆலயம் தொழுவது சாலவும் நன்று

ந.மு.வேங்கடசாமி நாட்டார் விளக்கம்

கோயிலுக்குப் போய் கடவுளை வணங்குவது மிகவும் நல்லது.

பண்டிதர் அயோத்திதாசர் விளக்கம்

முதல் தெய்வங்களாக காணும் தாய், தந்தையரை வணங்குவது எக்காலத்திற்க்கும் சுகம் தரும்.

3. இல் அறம் அல்லது நல் அறம் அன்று

ந.மு.வேங்கடசாமி நாட்டார் விளக்கம்

வீட்டிலிருந்து மனைவியுடன் கூடிச்செய்யும் இல்லறமே நல்லறமாகும். துறவறம் நல்லறமன்று. (இல்லறம் எளிதிற் செய்யத் தகுந்தது, துறவறம் எளிதில் செய்யக்கூடாதது.)

பண்டிதர் அயோத்திதாசர் விளக்கம்

மனையாளுடன் கூடி வாழும் வாழ்க்கையில் மனமொத்து வாழ்தலே நல்லறமெனப்படும்.

4. ஈயார் தேட்டைத் தீயார் கொள்வர்

ந.மு.வேங்கடசாமி நாட்டார் விளக்கம்

வறியவர்க்கு கொடாத உலோபிகள் தேடிய பொருளை தீயோர் அபகரித்துக் கொள்வர்.

பண்டிதர் அயோத்திதாசர் விளக்கம்

மற்றவர்களுக்கு கொடா லோபியரின் சுகப்பொருளை வஞ்சகர், பொய்யர்களாகிய கொறூர சிந்தையுடையவர்கள் அபகரித்துக் கொள்வார்கள்.

5. உண்டி சுருங்குதல் பெண்டிர்க்கு அழகு

ந.மு.வேங்கடசாமி நாட்டார் விளக்கம்

மிதமாக உண்பது மாதர்களுக்கு சிறப்பாகும்.

பண்டிதர் அயோத்திதாசர் விளக்கம்

மிதமாக உண்பது மாதர்களுக்கு சிறப்பாகும்.

6. ஊருடன் பகைக்கின் வேருடன் கெடும்

ந.மு.வேங்கடசாமி நாட்டார் விளக்கம்

ஒருவன் தன் ஊராருடன் பகைத்துக் கொண்டால் அடியுடன் அழிந்து விடுவான்.

பண்டிதர் அயோத்திதாசர் விளக்கம்

ஒரு கிராமத்தில் சேர்ந்து வாழும் எல்லோருடனும், பகை கொண்டால், தனது புத்திரர்கள் மற்றும் சந்ததியுனருடன் சீரழிய நேரிடும்.

7. எண்ணும் எழுத்தும் கண் எனத் தகும்

ந.மு.வேங்கடசாமி நாட்டார் விளக்கம்

கணிதமும் இலக்கணமும் மனிதர்க்கு இரண்டு கண்கள் என்று சொல்லத்தகும்.

பண்டிதர் அயோத்திதாசர் விளக்கம்

கணிதமும் இலக்கணமும் மனிதர்க்கு இரண்டு கண்கள் என்று சொல்லத்தகும்.

8. ஏவா மக்கள் மூவா மருந்து

ந.மு.வேங்கடசாமி நாட்டார் விளக்கம்

பெற்றோர்கள் கட்டளையிடுவதற்கு முன் குறிப்பறிந்து செய்யும் பிள்ளைகள் அவர்களுக்குத் தேவாமிரத்தை ஒப்பானவர்கள்.

பண்டிதர் அயோத்திதாசர் விளக்கம்

பெற்றோர் அல்லது எஜமான் சொல்வதற்கு முன்பே, குறிப்பறிந்து செய்யும் பிள்ளைகள் அவர்களுக்குத் தேவாமிர்த்தை ஒப்பானவர்கள்.

9. ஐயம் புகினும் செய்வன செய்

ந.மு.வேங்கடசாமி நாட்டார் விளக்கம்

பிச்சையெடுத்து சீவித்தாலும் செய்யத் தக்க காரியங்களைச் செய்.

பண்டிதர் அயோத்திதாசர் விளக்கம்

இரந்துண்ணும் காலம் வரினும் அவனவன் செய்தொழிலில் முயற்சி குன்றாதிருந்து செய்யக்கூடிய வினையை செய்து

சீவித்திருக்க வேண்டும்.

10. ஒருவனைப் பற்றி ஓரகத்து இரு

ந.மு.வேங்கடசாமி நாட்டார் விளக்கம்

தக்கான் ஒருவனைத் துணையாகப் பற்றிக் கொண்டு ஓரிடத்தில் வாசஞ்செய்.

பண்டிதர் அயோத்திதாசர் விளக்கம்

தன் தொழிலால் தனக்கு போஷிப்பும், தன்னை உணர்ந்து ஒடுங்களால் தனக்கு சுகமும் உண்டாவதன்றி ஏனைய மக்களால் சுகங்காண்டல் அறிதாதலின் தன்னொருவனைப் பற்றி தன்னகத்து ஒடுங்க வேண்டுமென்பது கருத்தாம்.

11. ஓதலின் நன்றே வேதியர்க்கு ஒழுக்கம்

ந.மு.வேங்கடசாமி நாட்டார் விளக்கம்

பிராமணருக்கு வேதம் ஓதுவதைக் காட்டிலும் நல்லொழுக்கம் சிறந்தது.

பண்டிதர் அயோத்திதாசர் விளக்கம்

அற நெறிகளை அனைவரும் அறிய கற்பித்தலே பௌத்த துறவி களின் வாழ்க்கை முறையாகும்.

12. ஒளவியம் பேசுதல் ஆக்கத்திற்கு அழிவு

ந.மு.வேங்கடசாமி நாட்டார் விளக்கம்

ஒருவன் பொறாமை வார்த்தை பேசுவது அவன் செல்வத்திற்கு அழிவைத் தரும்.

பண்டிதர் அயோத்திதாசர் விளக்கம்

அடுத்தவர்களை கெடுப்பதற்கான ஆலோசனை வழங்குதலும், அதை குறித்து பேசுவதும், பேசுபவரின் உடலுக்கு அழிவைத் தரும்.

13. அஃகமும் காசும் சிக்கெனத் தேடு

ந.மு.வேங்கடசாமி நாட்டார் விளக்கம்

தானியத்தையும் திரவியத்தையும் வீண் செலவு செய்யாமல் தேடிக்கொள்.

பண்டிதர் அயோத்திதாசர் விளக்கம்

உடலுக்கும் மனதுக்கும் களங்கம் தரும் செயல்களை செய்யாதிருங்கள்.

14. கற்பு எனப் படுவது சொல்திறம்பாமை

ந.மு.வேங்கடசாமி நாட்டார் விளக்கம்

மகளிர்க்குக் கற்பு என்று சொல்லப்படுவது கணவர் வார்த்தைக்கு மாறுபட்டு நடவாமையாம்.

பண்டிதர் அயோத்திதாசர் விளக்கம்

பெண்கள் கணவன் மற்றும் குடும்பத்தினரின் வாக்கை மதித்து நடத்தலே கற்பெனப்படும்.

15. காவல் தானே பாவையர்க்கு அழகு

ந.மு.வேங்கடசாமி நாட்டார் விளக்கம்

கற்பினின்று வழுவாமல் தன்மைக் காத்துக் கொள்வதே மாதர்களுக்கு அழகாகும்.

பண்டிதர் அயோத்திதாசர் விளக்கம்

அறிவுடைய பெண்களாயினும், தம்மை காக்கும் காவலனை கொண்டிருப்பதே சிறப்பு.

16. கிட்டாதாயின் வெட்டென மற

ந.மு.வேங்கடசாமி நாட்டார் விளக்கம்

நீ விரும்பிய பொருள் கிடைக்காவிட்டால் சீக்கிரத்தில் அதனை மறந்து விடு.

பண்டிதர் அயோத்திதாசர் விளக்கம்

பொருள்களின் மேல் மிகுந்த பற்று கொண்டு வாழாதே.

17. கீழோர் ஆயினும் தாழ உரை

ந.மு.வேங்கடசாமி நாட்டார் விளக்கம்

தாழ்ந்தோரிடத்திலும் தாழ்மையாகப் பேசு

பண்டிதர் அயோத்திதாசர் விளக்கம்

ஏழைகள் மற்றும் அறிவில்லாதவர்களாக இருப்பினும் அவர்களுக்கு புரியும் வகையில் மென்மையாக பேசு.

18. குற்றம் பார்க்கில் சுற்றம் இல்லை

ந.மு.வேங்கடசாமி நாட்டார் விளக்கம்

குற்றத்தையே ஆராய்ந்து பார்த்தால் சுற்றமாவார் ஒருவருமில்லை. (குற்றமே யில்லாதவர் ஒருவருமில்லை யாகையால் சுற்றத்தார் அகப்படார் என்பதாம்.)

பண்டிதர் அயோத்திதாசர் விளக்கம்

குடும்பத்தில் குற்றம் சொல்லி வாழ்வோருக்கு உறவுகள் இல்லாமல் போகும்.

19. கூர்அம்பு ஆயினும் வீரியம் பேசேல்

ந.மு.வேங்கடசாமி நாட்டார் விளக்கம்

உன் கையிலே கூரிய அம்பு இருந்தாலும் உன் வீரத்தை வியந்து பேசாதே.

பண்டிதர் அயோத்திதாசர் விளக்கம்

கூரிய அம்பை (ஆயுதங்களை அல்லது பொருளை) வைத்திருந்தாலும் அதனை மட்டும் நம்பி உன் பலத்தை மதிப்பிடாதே.

20. கெடுவது செய்யின் விடுவது கருமம்

ந.மு.வேங்கடசாமி நாட்டார் விளக்கம்

தன் நண்பன் தீமையைச் செய்தால் அவனது நட்பை விட்டுவிடுவது நற்செயகையாம்.

பண்டிதர் அயோத்திதாசர் விளக்கம்

செய்யும் தொழிலில் கேடு (இழப்பு அல்லது நட்டம்) உண்டாகுமெனில் அந்த செயல்களை செய்யாமல் விட்டு விடுவதே சிறப்பு.

21. கேட்டில் உறுதி கூட்டும் உடைமை

ந.மு.வேங்கடசாமி நாட்டார் விளக்கம்

பொருளை இழந்த காலத்தில் மனந்தளராமல் உறுதியுடனிருப்பது மீண்டும் செல்வத்தை யுண்டாக்கும்.

பண்டிதர் அயோத்திதாசர் விளக்கம்

பொருளை இழந்த காலத்தில் மனந்தளராமல் உறுதியுடனிருப்பது மீண்டும் செல்வத்தை யுண்டாக்கும்.

22. கைப்பொருள் தன்னின் மெய்ப்பொருள் கல்வி

ந.மு.வேங்கடசாமி நாட்டார் விளக்கம்

கையிலிருகிற திரவியத்தைப் பார்க்கிலும் கல்வியே உண்மைப் பொருளாகும்.

பண்டிதர் அயோத்திதாசர் விளக்கம்

கையிலிருகிற திரவியத்தைப் பார்க்கிலும் கல்வியே உண்மைப் பொருளாகும்

23. கொற்றவன் அறிதல் உற்ற இடத்து உதவி

ந.மு.வேங்கடசாமி நாட்டார் விளக்கம்

ஒருவனுக்கு அரசன் அறிமுகமாயிருப்பது அவனுக்கு ஆபத்தில் உதவியாகும். (உற்றவிடத்து என்பது உற்றிடத்து என விகாரப்பட்டது.)

பண்டிதர் அயோத்திதாசர் விளக்கம்

வல்லவனாக இருந்தாலும் தன்னை அறிந்து கொண்டு தன் உடலை காக்க வேண்டும்.

24. கோள் செவிக் குறளை காற்றுடன் நெருப்பு

ந.மு.வேங்கடசாமி நாட்டார் விளக்கம்

கோள் கேட்கும் இயல்புள்ளவன் காதில் ஒருவன் சொன்ன கோள்வார்த்தை காற்றுடன் சேர்ந்த நெருப்புப் போல மூளும்.

பண்டிதர் அயோத்திதாசர் விளக்கம்

கோள் கேட்கும் இயல்புள்ளவன் காற்றுடன் கலந்த நெருப்பு போல தன்னையும் தன் குடும்பத்தையும் அழித்துக் கொள்வான்.

25. கௌவை சொல்லின் எவ்வருக்கும் பகை

ந.மு.வேங்கடசாமி நாட்டார் விளக்கம்

ஒருவன் பிறர் பழிகளைச் சொல்லிக் கொண்டிருந்தால் அவன் யாருக்கும் பகையாவான் (எவருக்கும் என்பது எவ்வருக்கும் என விகாரப்பட்டது)

பண்டிதர் அயோத்திதாசர் விளக்கம்

ஒருவர் சொல்லை மற்றவற்கு எப்போதும் சொல்லாதே.

26. சந்ததிக்கு அழகு வந்திசெய்யாமை

ந.மு.வேங்கடசாமி நாட்டார் விளக்கம்

வமிசத்திற்கு அழகாவது மக்கட்பேறு உண்டாகும்படி மனைவியுடன் கூடி வாழ்தலாகும்.

பண்டிதர் அயோத்திதாசர் விளக்கம்

வமிசத்திற்கு அழகாவது மக்கட்பேறு உண்டாகும்படி மனைவியுடன் கூடி வாழ்தலாகும்.

27. சான்றோர் என்கை ஈன்றோட்கு அழகு

ந.மு.வேங்கடசாமி நாட்டார் விளக்கம்

தன் புதல்வரை, அறிவுடையோர் என்று பிறர் சொல்லக் கேட்பது பெற்ற தாய்க்கு மகிழ்ச்சியாகும்.

பண்டிதர் அயோத்திதாசர் விளக்கம்

தன் புதல்வரை, அறிவுடையோர் என்று பிறர் சொல்லக் கேட்பது பெற்ற தாய்க்கு மகிழ்ச்சியாகும்.

28. சிவத்தைப் பேணின் தவத்திற்கு அழகு

ந.மு.வேங்கடசாமி நாட்டார் விளக்கம்

ஒருவன் சிவபெருமானை விரும்பி வழிபட்டால் அதுவே அவன் தவத்திற்கு அழகாகும்.

பண்டிதர் அயோத்திதாசர் விளக்கம்

உனக்குள்ள அன்பை அதிகரிக்க செய்வதே, சுகமான வாழ்வுக்கு சிறப்பான வழி.

29. சீரைத் தேடின் ஏரைத் தேடு

ந.மு.வேங்கடசாமி நாட்டார் விளக்கம்

சுகமாக வாழ விரும்பினால் உழுது பயிரிடும் தொழிலைத் தேடிக்கொள்

பண்டிதர் அயோத்திதாசர் விளக்கம்

சுகமாக வாழ விரும்பினால் உழுது பயிரிடும் தொழிலைத் தேடிக்கொள்

30. சுற்றத்திற்கு அழகு சூழ இருத்தல்

ந.மு.வேங்கடசாமி நாட்டார் விளக்கம்

சுற்றத்தார்க்கு அழகாவது நலந்தீங்குகளில் சூழ வந்திருப் பதாகும்.

பண்டிதர் அயோத்திதாசர் விளக்கம்

சுற்றத்தார்க்கு அழகாவது நலந்தீங்குகளில் சூழ வந்திருப் பதாகும்.

31. சூதும் வாதும் வேதனை செய்யும்

ந.மு.வேங்கடசாமி நாட்டார் விளக்கம்

சூதாடுதலும், விதண்டாவாதம் பேசுவதும் துன்பத்தை உண்டாக்கும்.

பண்டிதர் அயோத்திதாசர் விளக்கம்

சூதாடுதலும், விதண்டாவாதம் பேசுவதும் துன்பத்தை உண்டாக்கும்.

32. செய்தவம் மறந்தால் கைதவம் ஆளும் [கைதவம் = கபடம், பொய்]

ந.மு.வேங்கடசாமி நாட்டார் விளக்கம்

ஒருவன் செய்யும் தவத்தை மறந்துவிட்டால் அவனை அஞ்ஞானம் அடிமை கொள்ளும்.

பண்டிதர் அயோத்திதாசர் விளக்கம்

ஒருவன் தான் கடைபிடித்து வரும் நல்லொழுக்கங்களை மறப்பானாயின் அவன் அனுபவித்து வரும் சுகங்கள் கிடைக்காமல் போகும். .

33. சேமம் புகினும் யாமத்து உறங்கு

ந.மு.வேங்கடசாமி நாட்டார் விளக்கம்

காவற்கூடத்திலே போய் இருந்தாலும் இரவு ஏழரை நாழிக்கைக்குப்பின் நித்திரை செய். (காவல் வேலை செய்தாலும் நள்ளிரவில் உறங்க வேண்டும் (.“சாமத்துறங்கு“ என்றும் பாடம்)

பண்டிதர் அயோத்திதாசர் விளக்கம்

நேரத்தோடு செய்ய வேண்டிய வேலை எதுவும் இல்லை என்றாலும் அதிக நேரம் உறங்குவது கூடாது

34. சைஒத்து இருந்தால் ஐயம் இட்டு உண்

ந.மு.வேங்கடசாமி நாட்டார் விளக்கம்

பொருள் ஒத்திருந்தால் பிச்சையிட்டு உண்டு வாழ். (சை– பொருள்)

பண்டிதர் அயோத்திதாசர் விளக்கம்

தன்னை உணர்ந்த துறவிகளும், சான்றோர்களும், இருந்தால் அவர்களுக்கு உணவளித்த பின்பே உண்ண வேண்டும்.

35. சொக்கர் என்பவர் அத்தம் பெறுவர்

ந.மு.வேங்கடசாமி நாட்டார் விளக்கம்

பொருளுடையவர் அறமும் இன்பமும் ஆகிய மற்றைப் புருடார்த்தங்களையும் பெறுவர். (முயற்சி உடையவர் பொருள் பெறுவர் என்றும், களங்கமற்றவர் நல்வழியை அடைவர் என்றும் இதற்குப் பொருள் சொல்வதும் உண்டு.)

பண்டிதர் அயோத்திதாசர் விளக்கம்

அனைத்து பாச பந்தங்களையும் துறந்தவர்கள் நிர்வாண நிலை அடைவார்கள்.

36. சோம்பர் என்பவர் தேம்பித் திரிவர்

ந.மு.வேங்கடசாமி நாட்டார் விளக்கம்

சோம்பலுடையவர் வறுமையால் வருந்தி அலைவார்கள்.

பண்டிதர் அயோத்திதாசர் விளக்கம்

எந்தவொரு தொழிலையும் செய்யாத சோம்பேறிகள் துக்கம் மிகுதியால் அலைந்து திரிவர்.

37. தந்தை சொல் மிக்க மந்திரம் இல்லை

ந.மு.வேங்கடசாமி நாட்டார் விளக்கம்

பிதாவின் சொல்லுக்கு மேற்பட்ட மந்திரம் இல்லை. (மந்திரம் என்பதற்கு ஆலோசனை என்றும் பொருள் கொள்ளலாம்.)

பண்டிதர் அயோத்திதாசர் விளக்கம்

தன்னை பெற்றெடுத்த தந்தை, தனக்கு நீதி நெறிகளை போதித்த குருவாகிய தகப்பன் சொல்லே, மந்திரம் ஆகும்.

38. தாயிற் சிறந்தொரு கோயிலும் இல்லை

(அயோத்தி தாசர் தொகுத்த கொன்றைவேந்தனில் இந்த பாடல் – தாய் சொற் துறந்தால் வாசகமில்லை – என உள்ளது)

ந.மு.வேங்கடசாமி நாட்டார் விளக்கம்

அன்னையை பார்க்கிலும் சிறந்த கோயிலும் இல்லை, (தாயைப் பூசித்தால் ஆலயத்திற் கடவுளை பூசிக்கும் பலனை அடையலாம் என்பது கருத்து. சிறந்த என்பது சிறந்து என விகாரப்பட்டது. " தாய் சொற் றுந்தால் வாசகமில்லை" என்றும் பாடம். இதற்கு, தாயின் வார்த்தையை தப்பினால் உறுதி பயனக்கும் வேறு வாசமில்லை என்பது பொருளாகும்.")

பண்டிதர் அயோத்திதாசர் விளக்கம்

தன்னை பெற்றெடுத்த தாய், கற்பித்த ஞானத்தாயாரும் சொல்லித்தந்தவைகளை மறந்தால் ஒழுக்கம் தவறி போகும்.

39. திரை கடல் ஓடியும் திரவியம் தேடு

ந.மு.வேங்கடசாமி நாட்டார் விளக்கம்

கடல்வழியாக தேசாந்திரம் சென்றும் பொருளைத்தேடு.

பண்டிதர் அயோத்திதாசர் விளக்கம்

கடல்வழியாக தேசாந்திரம் சென்றும் பொருளைத்தேடு.

40. தீராக் கோபம் போராய் முடியும்

ந.மு.வேங்கடசாமி நாட்டார் விளக்கம்

தனியாத கோபமானது கலகமாக முடியும்.

பண்டிதர் அயோத்திதாசர் விளக்கம்

தனியாத கோபமானது போராக முடியும்.

41. துடியாப் பெண்டிர் மடியில் நெருப்பு

ந.மு.வேங்கடசாமி நாட்டார் விளக்கம்

கணவர்க்கு துன்பம் வந்தபோது மனம் பதையாத மகளிர், அவர் வயிற்றில் நெருப்பாவர். (மடியில் நெருப்பு என்பதற்கு உடையிற் கட்டிய நெருப்பையொப்பர் என்றும் பொருள் கூறலாம்.)

பண்டிதர் அயோத்திதாசர் விளக்கம்

கணவர்க்கு துன்பம் வந்தபோது மனம் பதையாத மகளிர், அவர் வயிற்றில் நெருப்பாவர். (மடியில் நெருப்பு என்பதற்கு உடையிற் கட்டிய நெருப்பையொப்பர் என்றும் பொருள் கூறலாம்.)

42. தூற்றும் பெண்டிர் கூற்று எனத் தகும்

ந.மு.வேங்கடசாமி நாட்டார் விளக்கம்

கணவர்மேல் அவதூறு சொல்லும் பெண்டிரை அவருக்கு இயமன் என்று சொல்லத்தகும்.

பண்டிதர் அயோத்திதாசர் விளக்கம்

வீட்டில் நடக்கும் விவரங்களை வெளியில் சொல்லித்திரியும் பெண்கள் கணவனுக்கு எமனாக அமைவார்கள்.

43. தெய்வம் சீறின் கைதவம் மாளும்

ந.மு.வேங்கடசாமி நாட்டார் விளக்கம்

ஒருவன் கடவுளின் சினத்துக்கு ஆளானால் அவனுக்கு கைகூடிய தவமும் அழிந்துவிடும். (கைத்தவம் என்பது கைதவம் என விகாரப்பட்டது.)

பண்டிதர் அயோத்திதாசர் விளக்கம்

தெய்வநிலை கண்டோரின் மனதில் சினம் உருவாக காரணமாக இருப்பவர்களின் செய்கின்ற தொழில் அழிவுக்குள்ளாகும்.

44. தேடாது அழிக்கின் பாடாய் முடியும்

ந.மு.வேங்கடசாமி நாட்டார் விளக்கம்

பொருளை சம்பாதியாமல் செலவழித்துக் கொண்டிருந்தால் பின்பு துன்பமாக முடியும்.

பண்டிதர் அயோத்திதாசர் விளக்கம்

பொருளை சம்பாதியாமல் செலவழித்துக் கொண்டிருந்தால் பின்பு துன்பமாக முடியும்.

45. தையும் மாசியும் வையகத்து உறங்கு

ந.மு.வேங்கடசாமி நாட்டார் விளக்கம்

தை,மாசி மாதங்களாகிற பனிக்காலத்தில் வைக்கோலால் வேய்ந்த கூரைவீட்டில் நித்திரை செய் (வை–வைக்கோல்)

பண்டிதர் அயோத்திதாசர் விளக்கம்

தை மாசி மாதத்தில் பூமியை உழுவு பயிரிட வேண்டும்.

46. தொழுது ஊண் சுவையின் உழுது ஊண் இனிது

ந.மு.வேங்கடசாமி நாட்டார் விளக்கம்

சேவகஞ்செய்து உண்ணும் உணவை பார்க்கிலும் உழுது பயிர் செய்து உண்ணும் உணவு இன்பம் தருவதாகும்.

பண்டிதர் அயோத்திதாசர் விளக்கம்

சேவகஞ்செய்து உண்ணும் உணவை பார்க்கிலும் உழுது பயிர் செய்து உண்ணும் உணவு இன்பம் தருவதாகும்.

47. தோழனோடும் ஏழைமை பேசேல்

ந.மு.வேங்கடசாமி நாட்டார் விளக்கம்

உன் வறுமை முதலிய எளிமையை நண்பனிடத்திலும் சொல்லாதே.

பண்டிதர் அயோத்திதாசர் விளக்கம்

உன் வறுமை முதலிய எளிமையை நண்பனிடத்திலும் சொல்லாதே.

48. நல் இணக்கம் அல்லது அல்லல் படுத்தும்

ந.மு.வேங்கடசாமி நாட்டார் விளக்கம்

நற்சேர்க்கையல்லாத கெட்ட சகவாசம் துன்பத்தை உண்டாக்கும்.

பண்டிதர் அயோத்திதாசர் விளக்கம்

நற்சேர்க்கையல்லாத கெட்ட சகவாசம் துன்பத்தை உண்டாக்கும்.

49. நாடு எங்கும் வாழக் கேடு ஒன்றும் இல்லை

ந.மு.வேங்கடசாமி நாட்டார் விளக்கம்

தேசமெங்கும் செழித்திருந்தால் யாருக்கும் ஒரு குறைவுமில்லை.

பண்டிதர் அயோத்திதாசர் விளக்கம்

விவசாயத் தொழில் செய்பவர்கள் செழித்திருந்தால் தேசத்திற்கு குறையில்லை.

50. நிற்கக் கற்றல் சொல் திறம்பாமை

ந.மு.வேங்கடசாமி நாட்டார் விளக்கம்

நிலைபெறக் கற்றலாவது சொல்லுஞ் சொல் தவறாமையாம். கற்றவர்கள் பயனின்றி யொழியாது நிலைபெறும் சொற்களைச் சொல்லுதல் வேண்டும். (சொல் திறம்பாமை என்பதற்கு வாக்குறுதியிற் பிறழாதிருத்தல் என்றும் பொருள் சொல்லலாம்.)

பண்டிதர் அயோத்திதாசர் விளக்கம்

மனதில் உறுதியாக நிற்கும் வகையில் கற்ற கல்வியானது எப்பொழுதும் மறக்காது.

51. நீர் அகம் பொருந்திய ஊர் அகத்திரு

ந.மு.வேங்கடசாமி நாட்டார் விளக்கம்

நீர்வளம் பொருந்திய ஊரிலே குடியிரு.

பண்டிதர் அயோத்திதாசர் விளக்கம்

நீர்வளம் பொருந்திய ஊரிலே குடியிரு.

52. நுண்ணிய கருமமும் எண்ணித்துணி

ந.மு.வேங்கடசாமி நாட்டார் விளக்கம்

சிறிய காரியத்தையும் நன்கு ஆலோசனை செய்து செய்யத்துணி.

பண்டிதர் அயோத்திதாசர் விளக்கம்

சிறிய காரியத்தையும் நன்கு ஆலோசனை செய்து செய்யத்துணி.

53. நூல்முறை தெரிந்து சீலத்து ஒழுகு

ந.மு.வேங்கடசாமி நாட்டார் விளக்கம்

நீதி நூலில் சொல்லப்பட்ட விதிகளை அறிந்து நல்லொழுக்க வழியில் நட

பண்டிதர் அயோத்திதாசர் விளக்கம்

நீதிநூலில் சொல்லப்பட்ட விதிகளை அறிந்து நல்லொழுக்க வழியில் நட

54. நெஞ்சை ஒளித்து ஒரு வஞ்சகம் இல்லை

ந.மு.வேங்கடசாமி நாட்டார் விளக்கம்

மனதிற்குத் தெரியாத வஞ்சகம் ஒன்றுமில்லை.

பண்டிதர் அயோத்திதாசர் விளக்கம்

மனதை அடக்கி ஆள்பவர்களுக்கு வஞ்சக நெஞ்சம் இருக்காது.

55. நேரா நோன்பு சீர் ஆகாது

ந.மு.வேங்கடசாமி நாட்டார் விளக்கம்

மனம் பொருந்தி செய்யாத தவமானது செம்மையாக முடியாது.

பண்டிதர் அயோத்திதாசர் விளக்கம்

மனம் பொருந்தி செய்யாத தவமானது செம்மையாக முடியாது.

56. நைபவர் எனினும் நொய்ய உரையேல்

ந.மு.வேங்கடசாமி நாட்டார் விளக்கம்

கேட்பவர் எதிர்பேசாமல் வருந்துவோராயினும், அற்ப வார்த்தைகளைப் பேசாதே.

பண்டிதர் அயோத்திதாசர் விளக்கம்

கேட்பவர் எதிர்பேசாமல் வருந்துவோராயினும், அற்ப வார்த்தைகளைப் பேசாதே.

57. நொய்யவர் என்பவர் வெய்யவர் ஆவர்

ந.மு.வேங்கடசாமி நாட்டார் விளக்கம்

உருவம் முதலியவற்றால் சிறியவறென்று இகழப் படுவோருஞ் செய்யுங் காரியத்தால் யாவரும் விரும்புந்தன்மையினர் ஆவர்.

பண்டிதர் அயோத்திதாசர் விளக்கம்

ஒருவரை மனம் நோக பேசுகின்றவர்கள் கொடிய சினம் கொண்டவர்களாக இருப்பர்.

58. நோன்பு என்பது கொன்று தின்னாமை

ந.மு.வேங்கடசாமி நாட்டார் விளக்கம்

விரதம் என்று சொல்லப்படுவது ஒரு உயிரைக் கொன்று அதன் ஊனைத் தின்னாமையாம்.

பண்டிதர் அயோத்திதாசர் விளக்கம்

தான் உயிர் வாழ் உயிர்களை கொன்று தின்னக்கூடாது.

59. பண்ணிய பயிரில் புண்ணியம் தெரியும்

ந.மு.வேங்கடசாமி நாட்டார் விளக்கம்

ஒருவன் செய்த பயிர் விளைவதிலிருந்து அவன் முன்பு செய்த புண்ணியம் அறிந்து கொள்ளப்படும்.

பண்டிதர் அயோத்திதாசர் விளக்கம்

ஒருவன் செய்த பயிர் விளைவதிலிருந்து அவன் முன்பு செய்த புண்ணியம் அறிந்து கொள்ளப்படும்.

60. பாலோடு ஆயினும் காலம் அறிந்து உண்

ந.மு.வேங்கடசாமி நாட்டார் விளக்கம்

பாலுடன் கூடிய அன்னமாயினும் உண்ணத் தகும் காலமறிந்து உண்.

பண்டிதர் அயோத்திதாசர் விளக்கம்

பால் கலந்த பழம், சோறு இவைகளை காலை நேரத்தில் உண்ண வேண்டும்.

61. பிறன் மனை புகாமை அறம் எனத் தகும்

ந.மு.வேங்கடசாமி நாட்டார் விளக்கம்

பிறன் மனைவியை விரும்பாமையே உயர்ந்த தருமம் என்று சொல்லத்தகும்.

பண்டிதர் அயோத்திதாசர் விளக்கம்

பிறன் மனைவியை விரும்பாமையே உயர்ந்த தருமம் என்று சொல்லத்தகும்.

62. பீரம் பேணில் பாரம் தாங்கும்

ந.மு.வேங்கடசாமி நாட்டார் விளக்கம்

தாய்ப்பாலைக்குறைவற உண்டு வளர்ந்தவன் பெரும் பாரத்தைச் சுமக்க வல்லவனாவான். (காரணத்தைக் குறைவறக் கொண்டவன் காரியத்தை எளிதில் முடிப்பான்.) (பீரம் என்பதில் அம்சாதியை)

பண்டிதர் அயோத்திதாசர் விளக்கம்

மனதிடமும் துணிச்சலும் உள்ளவன் எடுத்த காரியத்தை எளிதில் முடிப்பான்.

63. புலையும் கொலையும் களவும் தவிர்

ந.மு.வேங்கடசாமி நாட்டார் விளக்கம்

புலால் உண்ணுதலும், பிறவுயிரைக் கொல்லுதலும், பிறர் பொருளைத் திருடுதலும், செய்யாதே.

பண்டிதர் அயோத்திதாசர் விளக்கம்

புலால் உண்ணுதலும், பிறவுயிரைக் கொல்லுதலும், பிறர் பொருளைத் திருடுதலும், செய்யாதே.

64. பூரியோர்க்கு இல்லை சீரிய ஒழுக்கம்

ந.மு.வேங்கடசாமி நாட்டார் விளக்கம்

கீழ் மக்களிடத்தில் சிறந்த நடை காணப்படுவதில்லை

பண்டிதர் அயோத்திதாசர் விளக்கம்

கீழ் மக்களிடத்தில் சிறந்த ஒழுக்கம் காணப்படுவதில்லை

65. பெற்றோர்க்கு இல்லை செற்றமும் சினமும்

ந.மு.வேங்கடசாமி நாட்டார் விளக்கம்

கடவுளருளைப் பெற்றவர்களுக்கு உறவும் இல்லை, கோபமும் இல்லை

பண்டிதர் அயோத்திதாசர் விளக்கம்

கடவுளருளைப் பெற்றவர்களுக்கு உறவும் இல்லை, கோபமும் இல்லை

66. பேதைமை என்பது மாதர்க்கு அணிகலம்

ந.மு.வேங்கடசாமி நாட்டார் விளக்கம்

அறிந்தும் அறியாதவர்போல் அடங்கியிருக்கும் குணம் மாதர்

களுக்கு ஆபரணமாகும்.

பண்டிதர் அயோத்திதாசர் விளக்கம்

அறிந்தும் அறியாதவர்போல் அடங்கியிருக்கும் குணம் மாதர் களுக்கு ஆபரணமாகும்.

67. பையச் சென்றால் வையம் தாங்கும்

ந.மு.வேங்கடசாமி நாட்டார் விளக்கம்

ஒருவன் தகுதியான வழியில் நடந்தால் உலகத்தார் அவனை மேலாகக் கொள்வர்.

பண்டிதர் அயோத்திதாசர் விளக்கம்

ஒருவன் தகுதியான வழியில் நடந்தால் உலகத்தார் அவனை மேலாகக் கொள்வர்.

68. பொல்லாங்கு என்பது எல்லாம் தவிர்

ந.மு.வேங்கடசாமி நாட்டார் விளக்கம்

தீங்குகள் என்று சொல்லப்பட்ட யாவற்றையும் செய்யாதொழி.

பண்டிதர் அயோத்திதாசர் விளக்கம்

தீங்குகள் என்று சொல்லப்பட்ட யாவற்றையும் செய்யாதொழி.

69. போனகம் என்பது தான்உழந்து உண்டல் (அயோத்திதாசர் தொகுத்தவற்றில் போனகமென்பது வானவர் விருந்து என எழுதியுள்ளார்)

ந.மு.வேங்கடசாமி நாட்டார் விளக்கம்

உணவென்று சிறப்பித்து சொல்லப்படுவது தான் வருந்தி சம்பாதித்து உண்பதாகும்.

பண்டிதர் அயோத்திதாசர் விளக்கம்

தெய்வ நிலை கண்டவர்கள் தங்களை சார்ந்தவர்களுக்கு அளிக்கும் விருந்து அமுதம் எனப்படும்.

70. மருந்தே ஆயினும் விருந்தோடு உண். (அயோத்திதாசர் தொகுத்தவற்றில் – மருந்தும் விருந்தும் முக்குறை அகற்றும்)

ந.மு.வேங்கடசாமி நாட்டார் விளக்கம்

கிடைத்தற்கரிய தேவாமிர்தமேயானாலும் விருந்தினரோடு புசி.

பண்டிதர் அயோத்திதாசர் விளக்கம்

மருந்தும், விரும்பி உண்ணும் விருந்தும் மூன்று தோஷங்களை (வாதம், பித்தம், சிலோத்துமம்) அகற்ற வேண்டும்.

71. மாரி அல்லது காரியம் இல்லை

ந.மு.வேங்கடசாமி நாட்டார் விளக்கம்

மழை யிருந்தாலல்லாமல் உலகத்தில் எக்காரியமும் நடப்பதில்லை.

பண்டிதர் அயோத்திதாசர் விளக்கம்

மழை இல்லாமல் போனால் உலகத்தில் எந்த தொழிலும் நடக்காது.

72. மின்னுக் கெல்லாம் பின்னுக்கு மழை

ந.மு.வேங்கடசாமி நாட்டார் விளக்கம்

மின்னுவதெல்லாம் பின்னே மழை பெய்வதற்கு அடையாளம். (ஒருவனுடைய ஊக்கம் முதலியவெல்லாம் அவனுக்கு பின்னே வரும் நன்மைக்கு அடையாளம்.)

பண்டிதர் அயோத்திதாசர் விளக்கம்

மின்னுவதெல்லாம் பின்னே மழை பெய்வதற்கு அடையாளம். (ஒருவனுடைய ஊக்கம் முதலியவெல்லாம் அவனுக்கு பின்னே வரும் நன்மைக்கு அடையாளம்.)

73. மீகாமன் இல்லா மரக்கலம் ஓடாது

ந.மு.வேங்கடசாமி நாட்டார் விளக்கம்

மாலுமியில்லாத கப்பல் ஓடாது. (நல்வழியில் நடத்தும் தலைவனில்லா குடும்பமும், வேந்தனில்லாத நாடும் முதலியன செவ்வையாக நடைபெறமாட்டா)

பண்டிதர் அயோத்திதாசர் விளக்கம்

மாலுமியில்லாத கப்பல் ஓடாது. (நல்வழியில் நடத்தும் தலைவனில்லா குடும்பமும், வேந்தனில்லாத நாடும் முதலியன செவ்வையாக நடைபெறமாட்டா)

74. முற்பகல் செய்யின் பிற்பகல் விளையும்

ந.மு.வேங்கடசாமி நாட்டார் விளக்கம்

ஒரு பகலின் முற்பாகத்தில் பிறருக்குத் தீங்கு செய்தால் பிற்பாகத்தில் தனக்கு அத்தீங்கு உண்டாகும். (முற்பகல் பிற்பகல் என்று சொன்னது விரைவில் உண்டாகும் என்பதைக் காட்டுதற்கு நன்மை தீமை இரண்டுக்கும் பொதுவாகச் சொன்னதாகவும் கொள்ளலாம்.)

பண்டிதர் அயோத்திதாசர் விளக்கம்

ஒரு பகலின் முற்பாகத்தில் பிறருக்குத் தீங்கு செய்தால் பிற்பாகத்தில் தனக்கு அத்தீங்கு உண்டாகும். (முற்பகல் பிற்பகல் என்று சொன்னது விரைவில் உண்டாகும் என்பதைக் காட்டுதற்கு நன்மை தீமை இரண்டுக்கும் பொதுவாகச் சொன்னதாகவும் கொள்ளலாம்.)

75. மூத்தோர் சொல் வார்த்தை அமிர்தம்

ந.மு.வேங்கடசாமி நாட்டார் விளக்கம்

பெரியோர் சொல்லிய வார்த்தையானது தேவாமிர்தம் போல் இன்பத்தைச் செய்யும்.

பண்டிதர் அயோத்திதாசர் விளக்கம்

பெரியோர் சொல்லிய வார்த்தையானது தேவாமிர்தம் போல் இன்பத்தைச் செய்யும்.

76. மெத்தையில் படுத்தல் நித்திரைக்கு அழகு

ந.மு.வேங்கடசாமி நாட்டார் விளக்கம்

மிருதுவான பஞ்சணையிற் படுத்தல் நித்திரைக்கு அழகாகும். (மெத்தெனப்படுத்தல் என்றும் பாடம்.)

பண்டிதர் அயோத்திதாசர் விளக்கம்

மிருதுவான பஞ்சணையிற் படுத்தல் நித்திரைக்கு அழகாகும். (மெத்தெனப்படுத்தல் என்றும் பாடம்.)

77. மேழிச் செல்வம் கோழை படாது

ந.மு.வேங்கடசாமி நாட்டார் விளக்கம்

உழுது பயிர்செய்தலால் வரும் செல்வம் சிறுமையுறாது.

பண்டிதர் அயோத்திதாசர் விளக்கம்

உழுது பயிர்செய்தலால் வரும் செல்வம் குறையாது.

78. மை விழியார் தம் மனை அகன்று ஒழுகு

ந.மு.வேங்கடசாமி நாட்டார் விளக்கம்

மைதீட்டிய கண்களையுடைய பரத்தையர் மனையை அணுகாமல் விலகி நட.

பண்டிதர் அயோத்திதாசர் விளக்கம்

மைதீட்டிய கண்களையுடைய பரத்தையர் மனையை அணுகாமல் விலகி நட.

79. மொழிவது மறுக்கின் அழிவது கருமம்

ந.மு.வேங்கடசாமி நாட்டார் விளக்கம்

ஒருவன் பெரியோர் சொல்லை மீறி நடந்தால் அவன் செய்யும் தொழில் பயன்படாது அழியும்.

பண்டிதர் அயோத்திதாசர் விளக்கம்

தனது தாய், தந்தை, எஜமான் ஆகியோரின் கட்டளைகளை மறந்தால் எந்த வேலையும் நடக்காது.

80. மோனம் என்பது ஞான வரம்பு

ந.மு.வேங்கடசாமி நாட்டார் விளக்கம்

மௌனம் என்பது ஞானத்திற்கு எல்லையாம்.

பண்டிதர் அயோத்திதாசர் விளக்கம்

பற்றில்லாத நிலையை அடைதலே அறிவு வளர்ச்சியின் எல்லையாகும்.

81. வளவன் ஆயினும் அளவறிந்து அழித்துஉண்

ந.மு.வேங்கடசாமி நாட்டார் விளக்கம்

நீ சோழன் போன்ற செல்வமுடையவன் ஆனாலும் வரவுக்கு தக்கபடி செலவு செய்து உண்ணு.

பண்டிதர் அயோத்திதாசர் விளக்கம்

செல்வந்தன் ஆயினும். தானியங்களை அளவறிந்து செலவிட வேண்டும்.

82. வானம் சுருங்கின் தானம் சுருங்கும்

ந.மு.வேங்கடசாமி நாட்டார் விளக்கம்

மழை பெய்வது குறைந்தால் தானம் செய்வது குறையும்.

பண்டிதர் அயோத்திதாசர் விளக்கம்

மழை பொழிவது குறைந்தால், தானிய உற்பத்தி குறையும்.

83. விருந்து இலோர்க்கு இல்லை பொருந்திய ஒழுக்கம்

ந.மு.வேங்கடசாமி நாட்டார் விளக்கம்

விருந்தினரை உபசரியாதவர்களுக்கு தகுதியான இல்லறவொழுக்கம் இல்லையாம்.

பண்டிதர் அயோத்திதாசர் விளக்கம்

விருந்தினரை உபசரியாதவர்களுக்கு தகுதியான இல்லற வொழுக்கம் இல்லையாம்.

84. வீரன் கேண்மை கூர் அம்பாகும்

ந.மு.வேங்கடசாமி நாட்டார் விளக்கம்

ஒருவனுக்கு வீரனுடைய நட்பு இருந்தால் அது அவனுக்கு கூரிய அம்பு போல் பகையை வெல்ல உதவும்.

பண்டிதர் அயோத்திதாசர் விளக்கம்

வீரனுடைய நட்பானது என்றும் துன்பம் தரும்.

85. உரவோர் என்கை இரவாது இருத்தல்

ந.மு.வேங்கடசாமி நாட்டார் விளக்கம்

திட்பமுடையோர் என்று சொல்லப்படுவது சிறுமை வந்த காலத்திலும் பிறரிடம் இரவாதிருப்பதாம்.

பண்டிதர் அயோத்திதாசர் விளக்கம்

உடல் பலம் உள்ளவர்கள் அடுத்தவரை சார்ந்து வாழாமல் உழைத்து முன்னேற வேண்டும்.

86. ஊக்கம் உடைமை ஆக்கத்திற்கு அழகு

ந.மு.வேங்கடசாமி நாட்டார் விளக்கம்

செய்யுந் தொழிலில் மனம் தளராதிருத்தல் செல்வத்திற்கு அழகாகும்.

பண்டிதர் அயோத்திதாசர் விளக்கம்

இடைவிடாத முயற்சி உடையவனின் வெற்றியை உலகம் கொண்டாடும்.

87. வெள்ளைக்கு இல்லை கள்ளச் சிந்தை

ந.மு.வேங்கடசாமி நாட்டார் விளக்கம்

களங்கமற்ற மனமுடையவனிடத்தில் வஞ்சக நினைப்பில்லை.

பண்டிதர் அயோத்திதாசர் விளக்கம்

களங்கமற்ற மனமுடையவனிடத்தில் வஞ்சக நினைப்பில்லை.

88. வேந்தன் சீறின் ஆம் துணை இல்லை

ந.மு.வேங்கடசாமி நாட்டார் விளக்கம்

அரசன் ஒருவனை கோபித்தால் அவனுக்கு வேறு உதவி-யில்லை.

பண்டிதர் அயோத்திதாசர் விளக்கம்

அரசன் ஒருவனை கோபித்தால் அவனுக்கு வேறு உதவி-யில்லை.

89. வையந் தோறும் தெய்வம் தொழு

ந.மு.வேங்கடசாமி நாட்டார் விளக்கம்

பூமியிலுள்ள தெய்வத்தலந்தோறும் சென்று கடவுனை வணங்கு.

பண்டிதர் அயோத்திதாசர் விளக்கம்

மனதினில் அன்பை வளர்த்து ஆசைகளை அடக்கி வாழ வேண்டும்.

90. ஒத்த இடத்து நித்திரை கொள்

ந.மு.வேங்கடசாமி நாட்டார் விளக்கம்

சமமான இடத்திலே படுத்து நித்திரை செய்.

பண்டிதர் அயோத்திதாசர் விளக்கம்

சமமான இடத்திலே படுத்து நித்திரை செய்.

91. ஓதாதவர்க்கு இல்லை உணர்வோடு ஒழுக்கம்

ந.மு.வேங்கடசாமி நாட்டார் விளக்கம்

நல்ல நூல்களைப் பயிலாதவர்க்கு அறிவும் நன்னடையும் இல்லை.

பண்டிதர் அயோத்திதாசர் விளக்கம்

நல்ல நூல்களைப் பயிலாதவர்க்கு அறிவும் நன்னடையும் இல்லை. ●

சிகாலவாத சூக்தம்

சிகாலர் என்னும் குடும்பத்தாருக்கு பகவான் புத்தர் கூறிய அறிவுரை

ஒரு சமயம் மேன்மை பொருந்திய புத்தர் இராஜகிருகத்துக்கு அருகில் உள்ள மூங்கில் வனத்தில் அணில்களுக்காக அமைக்க பட்டிருந்த புகலிடத்தில் தங்கியிருந்தார்.

அப்போது, ஒரு நாள் அதிகாலை இல்லறத்தார் ஒருவருடைய மகனான சிகாலர் என்னும் இளைஞர் அதிகாலையில் எழுந்து இராஜகிருக நகரத்துக்கு வெளியே இருந்த நதியில் குளித்துவிட்டு தனது அன்றாட வழக்கமாக, நீர் சொட்டும் உடைகளோடும் உடலோடும் கைகளைப் பிணைத்து உயர்த்தி கிழக்கு – தெற்கு – மேற்கு – வடக்கு தரையின் கீழ் பாதாளம் – வானுச்சி என ஆறு திக்குகளையும் நோக்கிச் சுழன்று ஒவ்வொன்றையும் வணங்கிக் கொண்டிருந்தார்.

காலையில் எழுந்து துவராடைகளை அணிந்து கொண்டு பிட்சைப் பாத்திரத்தோடு இராஜகிருக நகரத்துக்குத் தானமேற்கச் சென்றுகொண்டிருந்த புத்தர் இளைஞரான சிகாலர் இவ்வாறு வணங்கிக் கொண்டிருப்பதைக் கண்டார். இதனைக் கண்ணுற்ற புத்தர் இப்படித் தொழுவதன் நோக்கம் என்ன எதற்காக வணங்குகிறீர்கள் என்று இளைஞன் சிகாலரிடம் வினவுகிறார்.

சிகாலர் கூறுகிறார்,

“பெருமானே, இறக்கும் தறுவாயிலே எனது தந்தையார் அன்றாடம் காலை நான் இவ்வாறு ஆறு திக்குகளையும் வணங்கி வழிபட வேண்டும் என்று பணித்துள்ளார். அதன்படியே நான் ஆறு திக்குகளையும் அன்றாடம் காலை குளித்தெழுந்த பின்

வணங்கி வருகிறேன்.''

இதனைக் கேட்ட புத்தர் கூறினார்.

''இல்லறவாசியான இளைஞரே, மனிதர்களுடைய வாழ்க்கை நெறியிலே ஆறு திக்குகளையும் வணங்கி வழிபடுவது என்பது இவ்வாறு அல்ல, இது உண்மையான வழிபாடு அல்ல''

''புத்தர் பெருமானே, இது, உண்மையான வழிபாடு அல்ல என்றால், பின் எவ்வாறுதான் ஆறு திக்குகளையும் வணங்கி வழிபடுவது? மனிதர்களுடைய வாழ்க்கை நெறியில் ஆறு திக்குகளையும் வணங்கி வழிபடுவது எப்படி என்கிற விளக்கத்தைத் தாம் எனக்குப் போதித்தருள வேண்டும், புத்தர் பெருமானே,

''நல்லது, இளைஞர் சிகாலரே நன்றாகக் கவனித்துக் கேட்டு மனத்தில் பதித்துக் கொள்வீராக''

''நல்லது, புத்தர் பெருமானே'', என்று இளைஞர் சிகாலர் பதிலிறுத்தார்.

அன்பும் கருணையுமே உருவான புத்தர் பெருமான் இளைஞரைக் கனிவுடன் நோக்கிப் போதித்தார்.

1. உயரிய சீடர் நடத்தையில் எவ்வளவுக்கெவ்வளவு நான்கு தீயவொழுக்கக் கேடுகளையும் வேரறுத்து அழிக்கிறாரோ, [1]

2. எவ்வளவுக்கெவ்வளவு நான்கு வழிகளில் தீய செயல்களைப் புரிவதைத் தவிர்த்து விலக்குகிறாரோ,[2]

3. எவ்வளவுக்கெவ்வளவு செல்வம் சீரழிந்து வடிந்து போவதற்குக் காரணமாகும் ஆறு கால்வாய்களையும் அடைத்து மூடுகிறாரோ,

அவ்வளவுக்கவ்வளவு அவர் இவ்வாறு இந்தப் பதினான்கு கேடுகளிலிருந்தும்விடுபட்டுஆறுதிக்குகளையும்வழிபட்டவராய் இம்மையில் மட்டுமின்றி மறுமையிலும் வெற்றிக்கு இட்டுச்

---

1 கம்ம கிலேசம் ''களங்கங்களான செயல்கள்

2 இந்த நான்கும் '' அகதி'' அதாவது '' தீய செயல்களைத் தூண்டுபவை'' என்று கூறப்படுகின்றன. சாந்தம் (பேராசை) தோஷம் (வெறுப்பு, கோபம்) மோகம் (அறியாமை) பயம்.

செல்லும் உன்னதப் பாதையிலே மகிழ்ச்சியுடன் முன்னேறிச் செல்கின்றார்; இந்த உலகிலும் இந்த உலகத்திற்கு அப்பாற்பட்ட விண்ணுலகங்களிலும் போற்றி ஆதரிக்கப்படுகின்றார். மரணத்திலே அவருடைய உடல் மற்றும் உயிர்ச் சக்திகள் கரைந்து மறையும்போது, அவர் ஒரு மகிழ்ச்சிகரமான விண்ணுலகத் தளத்திலே தொடர் பிறவிக்கொள்கின்றார்.

நடத்தையிலே அவர் வேரறுத்து அழித்துவிடும் அந்த நான்கு தீய ஒழுக்கங்கள் யாவை?

1. உயிர்களை வதைப்பது, கொல்வது, உயிர்களுக்கு ஊறு விளைவிப்பது, முதல் கொடுமை;

2. அவ்வாறே பிறர் பொருளை வஞ்சகமாக கவர்வது,

3. கூடாத காம நடத்தை,

4. தவறான வார்த்தைகளைப் பேசுவது ஆகியவையும் தீய குற்றங்கள், இந்த நான்கு கடுங்குற்றங்களையும் அவர் வேரறுத்து அழித்துவிடுகின்றார்.” [3]

இவ்வாறு கூறிய புத்தர் பெருமான் மீண்டும் வலியுறுத்தியாவது:

எந்த நான்கு வழிகளில் ஒருவர் எந்த தீய செயலையும் புரியாதவராய் இருக்கிறார்.?

I. ஆசைகளால் தூண்டப்பட்டு அவர் தீயவினை எதுவும் ஆற்றுவதில்லை.

II. கோபத்தினால் தூண்டப்பட்டு அவர் தீயவினை எதுவும் ஆற்றுவதில்லை

III. அறியாமையினால் தூண்டப்பட்டு அவர் தீயவினை எதுவும் ஆற்றுவதில்லை

IV. பயத்தினால் தூண்டப்பட்டு அவர் தீயவினை எதுவும் ஆற்றுவதில்லை. [4]

3 **கம்ம கிலேசம் “களங்கங்களான செயல்கள்”**

4 **இந்த நான்கும் “ அகதி” அதாவது “ தீய செயல்களைத் தூண்டுபவை” என்று கூறப்படுகின்றன. சாந்தம்(பேராசை) தோஷம் (வெறுப்பு,கோபம்)மோகம் (அறியாமை) பயம்.**

எவ்வளவுக்கெவ்வளவு மனிதர்கள் கோபத்தினாலோ, குழப்பத்தினாலோ, (அறியாமையினாலோ) பயத்தினாலோ தூண்டி இயக்கப்படாதவராக இருக்கிறாரோ அவ்வளவுக்கவ்வளவு அவர் எந்த தீய வினைகளிலும் ஈடுபடுவதில்லை.

இவ்வாறு கூறிய புத்தர் பெருமான் மீண்டும் வலி யுறுத்தியதாவது:

- " ஆசை, வெறுப்பு, பயம் அல்லது குழப்பம் (அறியாமை) ஆகியவற்றின் காரணமாக யாரொருவர் தம்ம நெறி வழுவித் தவறான வழியில் செயலாற்றுகிறாரோ, அவரது புகழ் தேய்பிறை நிலவைப் போலப் படிப்படியாகத் தேய்ந்து மறைகின்றது.

- யாரொருவர் ஆசை, வெறுப்பு, பயம் குழப்பம் (அறி யாமை) ஆகியவற்றிற்கு ஆட்படாமல் தம்ம நெறியில் வழுவாது என்றும் நிலைத்திருக்கிறாரோ, அவரது புகழ் வளர்பிறை நிலவைப்போல வளர்ந்து என்றும் நிலைபெற்றிருக்கின்றது.

செல்வம் சீரழிந்து வடிந்து போகக் காரணமாகும் ஆறு கால்வாய்களையும் உயரிய சீடர் அடைத்து மூடுகிறார். இவ்வாறு அவர் அடைத்து மூடும் ஆறு கால்வாய்கள் யாவை?

I. மனத்தினை மயக்கி விழிப்புணர்வையும் எச்சரிக்கும் நல்லறிவையும் மறைத்துவிடும் மது வகைகள் மற்றும் போதைப் பொருள்களை அருந்துவதில் பெரும் இச்சை.

II. இரவு நேரத்தில் அகாலங்களில் தெருத்தெருவாகச் சுற்றித்திரிதல்.

III. நாட்டியம் கச்சேரி போன்ற புலனின்பக் களியாட்ட நிகழ்சிகளுக்கு அடிக்கடி செல்வது.

IV. அறிவின் விழிப்புணர்வை மறைத்துவிடும் சூதாட்டத்தில் ஈடுபாடு.

V. தீய நண்பர்களோடு தொடர்பு கொண்டு உறவாடுவது.

VI. சோம்பி செயலிழந்து கிடப்பது, (சோம்பலுக்கு அடிமையாதல்)

I. **இல்லறவாசியான இளைஞரே, மது வகைகள் மற்றும் போதைப் பொருள்களை நுகர்வதில் பெரும் இச்சை கீழ்கண்ட ஆறு வகைகளில் தீய விளைவுகளுக்குக் காரணமாகின்றது:**

1. சேர்த்து வைத்த செல்வம் அழிந்து போகின்றது.

2. சண்டை சச்சரவுகள் அதிகரிக்கின்றன.

3. எளிதில் நோய்களுக்கு ஆட்பட்டு உடல் நலிவுற நேர்கின்றது.

4. பிறர் இகழ்ச்சிக்கு ஆளாக நேரிடுகின்றது; கெட்ட பெயர் உண்டாகின்றது.

5. உடலிலே உடைகள் களைந்து போவதும் தெரியாமல் குடி வெறியிலே வெட்கமின்றி அலைந்து திரிவது அல்லது எங்காவது விழுந்து மடிவது.

6. அறிவு மங்கிப்போவது.

II. **இல்லறவாசியான இளைஞரே, இரவு நேரத்தில் அகாலங்களில் தெருத்தெருவாக சுற்றித் திரிவது கீழ்கண்ட ஆறு வகைகளில் தீய விளைவுகளுக்கும் காரணமாகின்றது.**

1. எச்சரிக்கை இல்லாமல் இருப்பதால், அவருக்கு பாதுகாவலும் இல்லை, பாதுகாப்பும் இல்லை.

2. அவரது மனைவி மக்களுக்கும் குடும்பத்தினருக்கும் பாதுகாவலும் இல்லை, பாதுகாப்பும் இல்லை,

3. அவருடைய உடைமைகளுக்கும் சொத்துக்களுக்கும் பாதுகாவலும் இல்லை, பாதுகாப்பும் இல்லை.

4. தீய குற்றச் செயல்களில் ஈடுபடுகிறாரோ என்று சந்தேகங்களுக்கு உள்ளாகிறார். [5]

5. அவரைப்பற்றி தவறான வதந்திகள் பரவுகின்றன.

6. அவர் பல தொல்லைகளுக்கும் பிரச்சினைகளுக்கும் ஆளாக நேரிடுகின்றது. [6]

5 மற்றவர்கள் இழைக்கும் குற்றங்களும் அவர்மேல் சுமத்தப்படுகின்றன.

6 பொழுது போக்குகள்

III. **இல்லறவாசியான இளைஞரே, நாட்டியம் கச்சேரி போன்ற புலனின்பக் களியாட்ட நிகழ்ச்சிகளுக்கு அடிக்கடி செல்வது கீழ்கண்ட ஆறு வகைகளில் தீய விளைவுகளுக்கும் காரணமாகின்றது:**

அவரது மனம் நிம்மதியின்றி எப்போதும் தேடி அலைந்து கொண்டேயிருக்கின்றது.

1. எங்கே நாட்டியக் கச்சேரி நடக்கின்றது?

2. எங்கே பாட்டுக் கச்சேரி நடக்கின்றது?

3. எங்கே வாத்தியக் கச்சேரி நடக்கின்றது?

4. எங்கே கொட்டுமேளம் தாளக் கச்சேரி நடக்கின்றது?

5. எங்கே கதாகாலட்சேபம் நடக்கின்றது?

6. எங்கே புல்லாங்குழல் கச்சேரி அல்லது மத்தகளக் கச்சேரி நடக்கின்றது?

IV. **இல்லறவாசியான இளைஞரே, சூதாட்டத்தில் ஈடு பாடு கீழ்க்கண்ட ஆறு வகைகளில் தீய விளைவுகளுக்குக் காரணமாகின்றது:**

1. சூதாட்டத்தில் வெற்றி கொண்டவர் மற்றவர்களது பொறாமைக்கும் வெறுப்புக்கும் ஆளாகின்றார்.

2. சூதாட்டத்தில் தோல்வியுற்றவர் செல்வத்தை இழந்து சோகத்திற்கு ஆட்படுகின்றார்.

3. செல்வம் இழக்கப்படுகின்றது.

4. நீதி மன்றங்களிலும் அவரது பேச்சு நம்பப்படுவதில்லை.

5. அவர் தமது தோழர்கள் மற்றும் கூட்டாளிகளின் இகழ்ச் சிக்கும் ஆளாகின்றார்.

6. திருமணத்திற்கு அவருக்குப் பெண் தர யாரும் முன் வருவதில்லை; ஏனெனில் அவர் ஒரு சூதாடி, மனைவியைச் சரியாக வைத்துக்கொள்ளும் தகுதியற்றவர் என்று மக்களால் இழித்துரைக்கப்படுகின்றார்.

V. **இல்லறவாசியான இளைஞரே, தீய நண்பர்களோடு**

சகவாசம் கொள்வது கீழ்கண்ட ஆறு வகைகளில் தீய விளைவுகளுக்கும் காரணமாகின்றது.

1. நண்பன் சூதாடியாக இருந்தால், பழக்க தோஷத்தால் அவனைப் போலவே சூதாடியாகி அதனால் உண்டாகும் தீய விளைவுகள்.

2. நண்பன் ஒழுக்க வரம்பின்றி மனம் போன போக்கில் நடந்து கொள்பவனாக இருந்தால், அவனைப் போலவே ஆகி அதனால் உண்டாகும் தீய விளைவுகள்

3. நண்பன் குடிகாரனாக இருந்தால், அவனைப் போலவே குடிகாரனாகி அதனால் உண்டாகும் தீய விளைவுகள்.

4. நண்பன் சூழ்ச்சிக்காரனாக இருந்தால், அவனைப் போலவே ஆகி அதனால் உண்டாகும் தீய விளைவுகள்.

5. நண்பன் மோசடிக்காரனாக இருந்தால், அவனைப் போலவே ஆகி அதனால் உண்டாகும் தீய விளைவுகள்.

6. நண்பன் போக்கிரியாக இருந்தால், பழக்க தோஷத்தால் அவனைப் போலவே ஆகி அதனால் உண்டாகும் தீய விளைவுகள்.

VI. **இளைஞர் சிகாலரே, சோம்பலுக்கு அடிமையாதல் கீழ்க்கண்ட ஆறு வகைகளில் தீய விளைவுகளுக்கும் காரணமாகின்றது: கீழ்கண்டவாறு சாக்குப் போக்குச் சொல்லி, அவர் வேலையே செய்யாமல் சோம்பிக் கிடக்கிறார்:**

1. இப்போது மிகக் குளிராக இருக்கின்றது.
2. இப்போது மிக வெப்பமாக இருக்கின்றது.
3. இப்போது மாலையில் மிக நேரமாகிவிட்டது.
4. இப்போது காலையில் இன்னும் நேரமாகவில்லை,
5. இப்போது மிகவும் பசியாக இருக்கின்றது.
6. இப்போது வயிறு நிறைந்து கனமாக இருக்கின்றது.

இவ்வாறு சோம்பலுக்கு அடிமையாகி, அவர் தமது பல கடமைகளைச் செய்யத் தவறிவிடுகின்றார். அதனால், எந்த புதுச்

செல்வமும் அவரால் சேர்க்க முடிவதில்லை; முன்னர் சேர்த்து வைத்திருந்த அல்லது வாரிசுரிமையாகப் பெற்றிருந்த செல்வமும் கரைந்து மறைகின்றது.''

இவ்வாறு போதித்த புத்தர் மீண்டும் வலியுறுத்திக் கூறியதாவது:

- சூரிய உதயம் வரை உறங்கிக் கிடப்பது,
- தவறான காம நடத்தை (கூடா ஒழுக்கம்,)
- முன்கோபம்,
- மற்றவர்களுக்கு தீங்கு விளைவிக்கும் குணம்,
- தீயவர்களோடு நெருக்கமான தொடர்பு கொள்வது,
- பேராசை

இந்த ஆறு காரணங்களால் ஒருவர் படுவீழ்ச்சியுறுகிறார்.

தீய நண்பர்களோடும் கூட்டாளிகளோடும் உறவு கொண்டாடுபவர் பழக்க தோஷத்தால் தாமும் தீய வழிகளிலேயே செல்கின்றார். அதன் காரணமாக அவர் இம்மையிலும் மறுமையிலும், இரு உலகங்களிலும் படு வீழ்ச்சியடைகின்றார்.

1. சூதாட்டம்,

2. கூடா ஒழுக்கம்,

3. மது வகைகள் மற்றும்

4. போதைப் பொருள்களை அருந்துதல்,

5. நாட்டியம் பாட்டுக்கச்சேரி போன்ற புலனின்பக் களியாட்டங்களில் வேட்கை,

6. பகலில் உறங்கிக் கிடப்பது,

7. இரவு நேரத்தில் அகாலங்களில் அங்கும் இங்கும் மனம் போன போக்கில் சுற்றித் திரிவது,

8. தீய தோழர்கள்,

9. பேராசை – இந்த ஒன்பது[7] காரணங்களால் ஒருவர்

---

7 பாலி மூலத்தில் ''ஆறு காரணங்கள்'' என்று கூறப்பட்டிருந்தாலும், உண்மையில் ஒன்பது காரணங்கள். ஏனெனில், அங்கு கூட்டுச் சொற்கள் பயன்படுத்தப்

வாழ்க்கையில் படு வீழ்ச்சியடைகிறார்.

- சூதாட்டத்தில் ஈடுபாடு, மனத்தினை மயக்கிப் பிழை செய்யத் தூண்டிடும்

- மது வகைகளையும் போதைப்பொருள்களையும் அருந்துவதால்,

- மற்றவர்கள் தங்களுடைய உயிருக்கும் மேலாக மதிக்கும் அவர்களது மனைவிமார்களோடு தவறான காம உணர்வு கொள்ளுதல்,

- மேன்மை பொருந்திய மூத்தோர்களோடு கூடிப்பழகாமல் இழிதகைமை கொண்டவர்களோடு நட்புறவு கொண்டாடிப் பழகுதல் – ஆகிய தீய பழக்கங்களுக்கு அடிமையானவர் தேய்பிறை நிலவைப் போலப் படிப்படியாகத் தேய்வுறுகிறார்.

குடி போதைக்கு பழக்கமானவர் ஏழ்மையில் வாடுபவர், ஆதரவற்று அநானதையாக இருப்பவர், மது வகைகளை எவ்வளவுதான் குடித்தாலும் வேட்கை அடங்காமல் மேலும் மேலும் குடிக்கும் பழக்கத்துக்கு அடிமையானவர், மதுக் கடைகளுக்கு அடிக்கடி செல்பவர், இத்தகையவர் தண்ணீரில் பாறங்கல் மூழ்கிவிடுவது போல விரைவிலே கடன் சுமையால் அழுத்தப்பட்டு நாசமடைகிறார் தமது குடும்பத்திற்கும் மானக் கேட்டை உண்டாக்குகிறார்.

பகலிலே உறங்கிக் கிடக்கும், பழக்கம் கொண்டவர், இரவிலே வெகுநேரம் அகாலங்களில் அங்கும் இங்கும் அலைந்து திரிபவர், எப்பொழுதும் குடிபோதையில் இருப்பவர், சிற்றின்பங்களில அதிக வேட்கை கொண்டவர் – அத்தகையவர் இல்லற வாழ்க்கைக்குத் தகுதியற்றவர்.

இப்போது மிகுந்த வெப்பமாக இருக்கின்றது, இப்போது குளிராக இருக்கின்றது, இப்போது வெகு நேரமாகிவிட்டது, இப்போது என்ன அவசரம் என்று போலிச் சாக்குப் போக்குகளைக் காரணங்காட்டி வேலைகளைத் தட்டி கழிப்பவர், சிற்றின்பங்களிலே அதிக வேட்கை கொண்டவர்– அத்தகையவர்களுக்கு வருவாய் வாய்ப்புகள் நழுவிச் சென்று விடுகின்றன.

பட்டுள்ளதில் சில சொற்கள் இரண்டு காரணங்களை உள்ளடக்கியுள்ளன.”

ஆனால், ஒரு புல்லைப் போல, குளிரோ, அல்லது சூடோ (தன்மையோ அல்லது வெப்பமோ) எதுவாக இருந்தாலும் அதனால் பாதிக்கப்படாமல் அனைத்தையும் விருப்பு வெறுப்பின்றிச் சமநிலையோடு மதிப்பவர், தமது கடமைகளைத் துணிவுடன் நிறைவேற்றுபவர் – அத்தகையவர் மகிழ்ச்சி நிலை–யிலிருந்து எப்போதும் வீழ்ச்சியுறுவதில்லை''.

நண்பர்கள் வேடத்திலுள்ள எதிரிகள் – நான்கு வகை

"இல்லறவாசியான இளைஞரே, கீழ்கண்ட நால்வரும் உண்மையில் நண்பர்கள் வேடத்திலே உங்களோடு உறவாடும் எதிரிகளேயாவர்:

1. ஒரு நண்பரின் உடைமைகளையும் சொத்துக்களையும் தனதாக்கிக் கொள்பவர்.

2. பேச்சோடு சரி ஆனால் காரியத்துக்கு உதவாதவர்

3. உங்கள் எதிரில் உங்களை முகத்துதி செய்பவர். ஆனால் நீங்கள் இல்லாதபோது இழிவாகப் பேசுபவர்.

4. உங்களுக்கு நாசத்தை விளைவிப்பவர்.

1. இல்லறவாசியான இளைஞரே, முதல் வகையைச் சேர்ந்தவர் நான்கு வழிகளிலே நண்பர் வேடத்திலுள்ள எதிரியாகச் செயல்படுகிறார்:

I. உங்களது உடைமைகளை வஞ்சகமாகக் கவர்ந்து கொள்கிறார்.

II. உங்களுக்குத் தேவைப்படும்போது உதவுவது குறைவாக இருந்தாலும், அதற்கு கைமாறாக பெரும் நன்மைகளை எதிர்பார்ப்பார்.

III. செய்யவேண்டிய கடமைகளை பயத்தினால் மட்டும் தூண்டப்பட்டுச் செய்வார்.

IV. கொடுப்பது கொஞ்சம், ஆனால் எடுத்துக் கொள்வது அதிகம், இந்த மனப்பாங்கோடு எப்போதும் தன்னல குறியாகச் செயல்படுவார்.

2. இல்லறவாசியான சிகாலரே, இரண்டாவது வகையைச்

சேர்ந்தவர் நான்கு வழிகளிலே நண்பர் வேடத்திலுள்ள எதிரியாகச் செயல்படுகிறார்:

I. மகிழ்வூட்டி உங்களது தயவைப் பெற கடந்த காலத்தைப் பற்றிப் பேசி, " அப்போது உங்களுக்கு நான் நண்பனாக இருந்திருந்தால் என்னவெல்லாம் செய்திருப்பேன் என்று இனிக்க இனிக்கப் பேச்சுப் பல பேசுவார்.

II. வருங்காலத்தில் உங்களுக்கு என்னவெல்லாமோ செய்யப் போவதாக ஆசை காட்டுவார்.

III. அவர் பேச்சு எப்போதும் வெற்றுப் பேச்சாகவே இருக்கும்.

IV. உங்களுக்குத் தேவைப்படும்போது உதவி கோரும் நேரத்தில் சாக்குப் போக்குச் சொல்லிக் கைவிரித்து விடுவார்.

3. இல்லறவாசியான சிகாலரே, மூன்றாவது வகையைச் சேர்ந்தவர் நான்கு வழிகளிலே நண்பர் வேடத்திலுள்ள எதிரியாகச் செயல்படுகிறார்.

I. நீங்கள் செய்யும் தகாத செயல்களையும் போற்றி ஆமோதிப்பார்.

II. நீங்கள் நற்செயல்களைச் செய்யும்போது "எதற்காக"? என்று எதிர்ப்பார்.

III. உங்கள் முகத்துக்கு முன்னால் உங்களைப் புகழ்ந்து பேசுவார்.

IV. பின்னர் நீங்கள் இல்லாதபோது உங்களைப் பற்றி இகழ்ந்து பேசுவார்.

4. இல்லறவாசியான சிகாலரே, நான்காவது வகையைச் சேர்ந்தவர் நான்கு வழிகளிலே நண்பர் வேடத்திலுள்ள எதிரியாகச் செயல்பட்டு உங்களுக்கு அழிவை விளை விக்கிறார்.

I. நல்மன விழிப்புணர்வையும் எச்சரிக்கும் நல்லறிவையும் மறைத்துவிடும் மதுக்குடி வகைகளையும் போதைப் பொருள் வகைகளையும் அருந்துவதில் உங்களுக்கு கூட்டாக இருந்து உங்களைத் தீய ஒழுங்கங்களில் ஊக்குவிப்பார்.

II. இரவு நேரத்தில் அகாலங்களில் தெருத்தெருவாக அலைந்து திரிவதில் உங்களோடு கூட்டாக இருந்து உங்களை மேலும் அதற்குத் தூண்டிவிடுவார்.

III. நாட்டியம் மற்றும் சிற்றின்பக் களியாட்டங்களில் உங்களோடு கூட்டாக இருந்து மேலும் அவற்றிற்கு உங்களைத் தூண்டிவிடுவார்.

IV. எச்சரிக்கும் நல்லறிவை இழக்கச் செய்யும் சூதாட்டத்தில் ஈடுபடுவதில் உங்களோடு கூட்டாக இருந்து மேலும் அதற்கு உங்களைத் தூண்டிவிடுவார்.

இவ்வாறு போதித்த புத்தர் பெருமான் மீண்டும் வலியுறுத்திக் கூறியதாவது,

- வஞ்சகமாகக் கவர்ந்து கொள்ளும் நண்பர், பேச்சோடு சரி, காரியத்துக்கு உதவாத நண்பர்.
- முகத்துதி செய்யும் நண்பர், அழிவுக்கு காரணமாகும் நண்பர்.
- இந்த நால்வரும் உண்மையில் எதிரிகளே, என்பதை விவேகமுள்ளோர் புரிந்து கொள்வர்.
- பேரழிவுப் பாதைகளில் இட்டுச் செல்பவர்கள் அவர்கள் என்பதைப் புரிந்து கொண்டு அவர்களைத் தூரத்திலிருந்தே தவிர்த்து விலக்குவீர்.

உண்மையான நண்பர்கள் – நான்கு வகை

“இளைஞரான சிகாலரே, கீழ்கண்ட நால்வரும் உண்மை யிலேயே உங்களுடைய தலைசிறந்த நண்பர்களாவர்:

1. உதவும் குணம் நிரம்பிய நண்பர்

2. நல்ல நேரத்திலும் கெட்ட நேரத்திலும் எப்பொழுதும் உங்களைச் சமமாக நேசிப்பவர்.

3. உள்ளதைச் சொல்லி நல்லறிவு புகட்டும் நண்பர்.

4. அனுதாபம் காட்டும் நண்பர்.

***1.* இளைஞரான சிகாலரே, முதல் வகை நண்பர் நான்கு**

வழிகளிலே உங்களது உண்மையான தலைசிறந்த நண்பராகத் திகழ்கிறார். என்பதைப் புரிந்து கொள்ள வேண்டும்.

I. நீங்கள் விழிப்புணர்வு குன்றி தற்காப்பில் தளர்ந்திருக்கும் போது உங்களைப் பாதுகாக்கிறார்.

II. நீங்கள் இயலாதபோது அல்லது விழிப்புணர்வு குன்றித் தற்காப்பில் தளர்ந்திருக்கும் போது உங்களது உடைமைகளையும் சொத்துக்களையும் பாதுகாக்கிறார்.

III. நீங்கள் ஆபத்தில் இருக்கும்போது உங்களுக்கு ஆதர வாகவும் அடைக்கலமாகவும் இருக்கிறார்.

IV. உங்களுக்கு நிறைவேற்ற வேண்டிய பொறுப்புகள் வரும்போது உங்களது தேவைக்கு மேல் இரண்டு மடங்கு வழங்கி உதவி புரிகிறார்.

2. இல்லறவாசியான சிகாலரே, இரண்டாவது வகை நண்பர் நான்கு வழிகளிலே உங்களது உண்மையான தலைசிறந்த நண்பராகத் திகழ்கிறார் என்பதைப் புரிந்து கொள்ள வேண்டும்.

I. அவர் தம்முடைய ரகசியங்களை உங்களோடு பகிர்ந்து கொள்கிறார்.

II. உங்களுடைய ரகசியங்களை யாரிடமும் சொல்லாமல் பாதுகாக்கிறார்.

III. உங்களுக்கு துன்பமும் இடரும் ஏற்படும் காலங்களில் உங்களைக் கைவிடாமல் உங்களுக்கு உறுதுணையாக இருப்பார்.

IV. உங்களுடைய நலனுக்காகத் தன்னயிரையும் கூடத் தியாகம் செய்யத் தயங்காதவராய் இருக்கிறார்.

3. இல்லறவாசியான சிகாலரே, மூன்றாவது வகை நண்பர் நான்கு வழிகளிலே உங்களுடைய உண்மையான தலைசிறந்த நண்பராகத் திகழ்கிறார் என்பதைப் புரிந்து கொள்ள வேண்டும்.

I. நீங்கள் தவறு செய்யும்போது அல்லது தீய வினைகளை ஆற்றும்போது அவர் உங்களுக்கு அறிவுரை கூறித் திருத்துவார்.

II. நற்செயல்களைச் செய்ய அவர் உங்களைத் தூண்டி ஊக்குவிக்கிறார்.

III. நீங்கள் முன் அறிந்திராத நல்ல விசயங்களை உங்களுக்கு எடுத்துக் கூறித் தெளிவு படுத்துகிறார்.

IV. விமோசனத்துக்கு பேரின்ப வாழ்வுக்கு வழிகாட்டுகிறார்.

4. இல்லறவாசியான சிகாலரே, நான்காவது வகை நண்பர் நான்கு வழிகளிலே, உங்களுடைய உண்மையான தலைசிறந்த நண்பராகத் திகழ்கிறார். என்பதைப் புரிந்து கொள்ள வேண்டும்.

I. உங்களது துன்பத்தையும் துயரத்தையும், இன்னலையும் அவப்பெயரையும் தமதெனவே கருதிச் செயல்படுவார்.

II. உங்களது வாழ்வின் வளத்திலும் வெற்றிகளிலும் அவர் பெருமகிழ்வு கொள்வார்.

III. உங்களைப் பற்றி யார் அவதூறாகப் பேசினாலும் அதை மறுத்து உங்களது பெயரைக் காப்பார்.

IV. உங்களை இகழ்வோரைத் தடுக்கும் அவர் உங்களைப் புகழ்வோரை ஆதரித்து ஊக்குவிப்பார்.

இவ்வாறு போதித்த புத்தர் மேலும் வலியுறுத்தியாதாவது :

● உதவும் குணம் கொண்ட நண்பர்,

O உங்களது நல்ல நேரத்திலும் கெட்ட நேரத்திலும் எப்பொழுதும்,

O உங்களைச் சமமாக நேசிக்கும் நண்பர்.

O உள்ளதைச் சொல்லி நல்லறிவு புகட்டும் நண்பர்,

O அனுதாபம் காட்டும் நண்பர்

● இந்த நால்வரும் உண்மையிலேயே தலைசிறந்த நண்பர்கள் என்பதைப் புரிந்து கொண்டு ஒரு தாய் தனது ஒரே மகளைப் போற்றி நேசிப்பது போல, விவேகமுள்ளோர் அவர்களை ஆர்வத்துடன் போற்றி மதிப்பர்.

● விவேகமுள்ளோரும் நல்லொழுக்கம் வாய்ந்தோரும்

கொழுந்து விட்டெரியும் நெருப்பைப் போல ஒளிர்வர்.

- ஒரு தேனி மலரிலிருந்து மென்மையாகத் தேனைச் சேகரிப்பது போல[8]

- மற்றவர்களுக்கு எந்த வகையிலும் தீமை செய்யாமல் செல்வம் சேகரிப்பவர் மாட்டு,

- எறும்பு புற்று விரைவில் வளர்வது போல செல்வ வளங்கள் பெருகி வளர்கின்றன.

- இவ்வாறு பிறரைச் சுரண்டாமல் நல்ல வழிகளிலே சேர்க்கப்பட்ட செல்வத்தை அறிவுமிக்க இல்லறவாசி நான்கு கூறுகளாக்கி, தமது குடும்பத்தினர் உற்றார் உறவினர் மற்றும் நண்பர்குழாம் அனைவருக்கும் மகிழ்ச்சியை விளைவித்து வாழ்க்கையில் வெற்றியடைகின்றார்.

- ஒருகூறை அவர் தமது மற்றும் குடும்பத்தின் அன்றாடத் தேவைகளுக்காகவும் [9]

- இரண்டு கூறுகளைத் தொழில் மேல் வளர்ச்சிக்காவும் நான்காவது கூறை பிற்காலத்தில் நேரக்கூடும் அவசரத் தேவைகளுக்கவும் அறிவுத் திறனுடன் பயன்படுத்துகின்றார்.

ஆறு திக்குக் காவலர்களையும் எவ்வாறு போற்றி வழிபடுவது?

“இல்லறவாசியான சிகாலரே, ஒரு அரிய சீடர் எவ்வாறு ஆறு திக்குகளையும் வணங்கி வழிபடுகிறார்?

“கீழ்காணும் உறவுப் பிணைப்புகளே உண்மையில் உலகத் தைத் தாங்கி நிறுத்துகின்ற, பாதுகாக்கின்ற காவலர்கள். இந்த பிணைப்புகளே, சார்புடைமைகளே வணங்கி வழிப்பட வேண்டும்.[10]

---

8 மலரின் அழகையும் மணத்தையும் கெடுக்காமலே மலரிலுள்ள தேனை மட்டும் உறிஞ்சி எடுத்துக் கொண்டு செல்லும் தேனிக்களைப் போல... தம்மபதம் – 49

9 நான்கு கூறுகளாகப் பகுக்கப்பட்ட செல்வத்தில் முதல் கூறாகக் கூறப்பட்டுள்ளது துறவிகளுக்கும் மற்றவர்களுக்கும் வழங்கப்படும் தானங்களையும் நன்கொடைகளையும் உள்ளடக்கியிருக்கிறது.

10 “இங்கு கூறப்படும் உருவகம் ஆழ்ந்து ஆராய்ந்து மிகுந்த

- பெற்றோர்கள் – பிள்ளைகள் (உறவுப் பிணைப்பு) : கிழக்குத் திக்கு
- ஆசிரியர்கள் மாணவர்கள் (உறவுப் பிணைப்பு) : தெற்குத் திக்கு
- கணவன் மனைவி (உறவுப் பிணைப்பு) : மேற்கு திக்கு
- இல்லறத்தார் – உற்றார் உறவினர் மற்றும் நண்பர்கள் கூட்டாளிகள் (உறவுப் பிணைப்பு) : வடக்குத் திக்கு
- இல்லறத்தார் – அறவோர் மற்றும் துறவிகள் (உறவுப் பிணைப்பு) : வானுச்சி [11]
- இல்லறத்தார் – வேலைக்காரர்கள் மற்றும் தொழிலாளிகள் (உறவுப் பிணைப்பு) : கீழே (அடி உலகம்)

1. கிழக்கு திக்கு

பெற்றோர்களின் கடமைகள்

சிகாலரே, பெற்றோர்கள் தமது குழந்தைகளை கிழக்குத் திக்கு

கவனத்துடனேயே தேர்ந்தெடுக்கப்பட்டிருக்கின்றது. நாள் கிழக்கே சூரிய உதயத்தோடு ஆரம்பிப்பது போல, ஒருவரது வாழ்க்கை பெற்றோர்களின் பராமரிப்பிலேயே ஆரம்பமாகிறது. ஆகவே பெற்றோர்கள் கழிக்கு திசை திக்கு பாலகர்கள். குருவுக்கு வழங்கப்படும் ஊதியமும் தெற்கு திசையும் சமஸ்கிருதத்தில் தட்சிணம் (தெற்கு)என்கிற ஒரே வாரத்தையில் குறிப்பிடப்படுகின்றன குரு தெற்குதிசை திக்குபாலர். பிற்பகல் வெய்யில் மேற்கில் வருவது போல, இளைஞர் வளர்ந்து திருமணம் புரிந்துகொண்டு கணவராகின்ற போது இல்லறக் கடமைகள் தொடங்குகின்றன. ஆகவே இந்தத் திருமணப் பிணைப்பு மேற்கு திக்காக உருவகப்படுத்தப் பட்டுள்ளது.

“ உத்திரம்” (வடக்கு) எனப்படுவது “ அப்பால்” என்று பொருள்படும். நண்பர்கள் மற்றும் உற்றார் உறவினர்கள், கூட்டாளிகள் ஆகியோரின் உதவியாலேயே ஒருவர் இன்னல்களைக் கடந்து “ அப்பால்” செல்ல முடிகின்றது. ஆகவே அவர்கள் “ வடக்காக” உருவகப்படுத்தி காட்டப்பட்டுள்ளார்கள் – ” *(ரிஸ்டேவிட்டஸ்)*

11 மேல உள்ள குறிப்பு 10 – இதற்கும் பொருந்தும்

பாலகர்களாக பாவித்துப் பேணி வளரத்த்து ஐந்து வழிகளில் இவ்வாறு தமது அன்பையும் கருணையையும் காட்ட வேண்டும்.

I. அவர்கள் (குழந்தைகள்) தீய வழிகளில் செல்லாமல் தடுத்துப் பாதுகாத்தல்,

II. அவர்களை நன்னெறிப்படுத்தி நற்செயல்களைச் செய்யத் தூண்டி ஊக்குவித்தல்

III. அவர்களுக்குத் தொழில் மற்றும் கலைத்துறைகளில் தக்க பயிற்சியளித்தல்

IV. தக்க சமயத்தில் அவர்களுக்குப் பொருத்தமான திருமண ஏற்பாடு செய்தல்

V. தக்க சமயத்தில் அவர்களுக்குரிய வாரிசுரிமைச் சொத்தினை வழங்கி அவர்கள் முன்னேற வழி வகுத்தல்.

குழந்தைகளின் கடமைகள்

சிகாலரே, குழந்தைகள் தமது பெற்றோர்களை கிழக்குத் திக்கு பாலகர்களாகப் பாவித்து தொண்டாற்றி கீழ்கண்டறவாறு ஐந்து வழிகளில் தமது அன்பையும் நன்றியையும் காட்ட வேண்டும்.

I. பெற்று வளர்த்து ஆளாக்கிய பெற்றோர்களை அவர்களது முதுமைக் காலத்தில் அன்புடன் ஆதரித்தல், அவர்களுக்கு பணியாற்றுதல்.

II. அவர்களது கடமைகளையும் தாமே பொறுப்பேற்று நிறைவேற்றுதல்

III. குடும்ப மரபும் பெயரும் புகழும் மேலும் சிறப்புற்று வளருமாறு செயல்படுதல்.

IV. பெற்றோர்களின் பெயரையும் புகழையும் நிலைநாட்டும் வகையில் மதிப்புக்குரிய வாரிசாக விளங்குதல்

V. மறைந்துபோன பெற்றோர்களும் மற்றும் மூதாதையர் களும் அவர்களது மறு பிறவிகளில் நலமுடனும் மகிழ்ச்சியுடனும் வாழத் தானம் செய்தல்; தமது நற்புண்ணியங்களை அவர்களுக்காக அர்ப்பணித்தல்[12]

---

12 மறைந்த மூதாதையரை என்றும் மறவாத அரியர்களின் ஒரு

இவ்வாறு ஐந்து வழிகளில் பெற்றோர்கள் தமது குழந்தைகளையும் குழந்தைகள் தமது பெற்றோர்களையும் முறையே கிழக்குத் திக்கு காவர்களாகப் பேணி ஆதரித்துத் தமது அன்பையும் கருணையையும் காட்ட வேண்டும். இவ்வாறு கிழக்குத் திக்கு அவர்களால் பத்திரமாக்கப்படுகின்றது, பாதுகாக்கப்படுகின்றது.

2. தெற்குத் திக்கு

ஆசிரியர்களின் கடமைகள்

சிகாலரே, ஆசிரியர்கள் தமது மாணவர்களை தெற்குத் திக்கு பாலகர்களாகப் பாவித்து உதவி செய்து ஆதரித்து கீழ்கண்டவாறு ஐந்து வழிகளில் தமது அன்பையும் கருணையையும் காட்ட வேண்டும்.

I. அவர்களை நல்லொழுக்க நெறியில் நிலைப்படுத்துதல்,

II. அவர்கள் தமது பாடங்களை நன்கு புரிந்துகொண்டு மனத்தில் உள்வாங்கிக் கொள்ளுமாறு கற்பித்தல்,

III. அவர்களுக்கேற்ற அறிவியல் துறை, கலைத்துறை, தொழில்துறை ஆகியவற்றில் நன்கு தேர்ச்சி பெறுமாறு பயிற்றுவித்தல்.

புனிதமான வழக்கமாகும். இது. இந்த மரபு வழி வந்த வழக்கம் இன்றும் இலங்கையைச் சேர்ந்த பௌத்தர்களால் சமயப்பற்றுறுதியுடன் மாறாது பின்பற்றப்படுகின்றது. ஒவ்வொரு மூன்றாம் மாதமும் எட்டாவது தினத்தன்றும் மற்றும் பெற்றோர்கள் மரணமடைந்த ஆண்டு நிறைவு நாளன்றும் மூதாதையரை நினைவுகூர்ந்து பிக்குகளுக்குத் தானம் வழங்குவதை அவர்கள் ஒரு சமயச் சடங்காகக் கடைப்பிடிக்கின்றார்கள். அத்தகைய சமயச் சடங்கிலே இந்த நற்காரியங்களால் விளையும் புண்ணியம் அனைத்தும் மறு பிறவிகளில் இப்போது வாழ்ந்திருக்கும் மூதாதையர்களின் நலனுக்காகவும் மகிழ்ச்சிக்காவும் வேண்டி அர்ப்பணிக்கப்படுகிறது. மேலும் எந்தவொரு நல்ல காரியத்தையும் செய்த பிறகும் ஒரு பௌத்தர் தமது பெற்றோர்களை மறவாமல் நினைவுகூர்ந்து அந்தக் கர்மத்தால் விளையும் புண்ணியத்தை அவர்களுக்கு அர்ப்பணிக்கிறார். அதன்மூலம், புத்தரது போதனைகளின் படி பௌத்தர்கள் தமது பெற்றோர்கள் பால் தாம் கொண்டுள்ள பற்றினையும் நன்றியுணர்வையும் வெளிப்படுத்துகிறார்கள்.

IV. அறிவிலும் ஒழுக்கத்திலும் சிறந்த நண்பர்கள் மற்றும் பெரியோர்களிடையே மாணவர்களை அறிமுகப் படுத்தி வைத்தல்.

V. மாணவர்கள் வாழ்க்கையில் பாதுகாப்பும் முன்னேற்றமும் அடைய வழிகாட்டுதல்.

மாணவர்களின் கடமைகள்

சிகாலரே, மாணவர்கள் தமது ஆசிரியர்களைத் தெற்கு திக்கு பாலகர்களாகப் பாவித்து அவர்களுக்குத் தொண்டாற்றி கீழ்கண்டவாறு ஐந்து வழிகளில் தமது அன்பையும் நன்றியுணர்வையும் காட்ட வேண்டும்:

I. ஆசிரியர்களுக்கு எப்போதும் மதிப்பும் மரியாதையும் காட்டுதல்

II. அவர்களுக்குத் தேவையான தொண்டுகள் புரிதல்,

III. ஆர்வத்துடன் கற்றுக் கொள்தல்

IV. போதனைகளைச் சரியான கவனத்துடன் கேட்டுப் புரிந்துகொண்டு தேர்ச்சி பெறுதல்

V. பிற்காலத்தில் ஆசிரியர் வேண்டும் உதவிகளைச் செய்தல்

இவ்வாறு ஐந்து வழிகளில் ஆசிரியர்கள் மாணவர்களையும் மாணவர்கள் ஆசிரியர்களையும் முறையே தெற்குத் திக்கு பாலகர்களாகப் பாவித்து ஆதரித்துத் தமது அன்பையும் கருணையையும் காட்ட வேண்டும், இவ்வாறு தெற்குத் திக்கு அவர்களால் பத்திரமாக்கப்படுகின்றது. பாதுகாக்கப்படுகின்றது.

3. மேற்குத் திக்கு

கணவரின் கடமைகள்

சிகாலரே, கணவர் தமது மனைவியை மேற்குத் திக்கு பாலகராகப் பாவித்துப் போற்றியும் ஆதரித்தும் கீழ்கண்டவாறு ஐந்து வழிகளில் தமது அன்பையும் கருணையையும் காட்ட வேண்டும்.

I. உயரிய மரியாதை அளித்து மனைவியைப் போற்றி மதித்தல்

II. மனைவியின் மனத்தைப் புண்படுத்தும் சொற்களைத் தவிர்த்து அவளிடம் எப்போதும் கனிவாய் இருத்தல்.

III. மனைவிக்கு நம்பிக்கைத் துரோகம் செய்யாமல் ஒரு ஒழுங்கான நேர்மையான கணவனாக இருத்தல்.

IV. அவளுக்குரிய அதிகாரத்தைக் கொடுத்துத் தன்னம்பிக் கையுடன் அவளை செயல்பட வழிவகுத்தல்.

V. அவளுடைய அழகுணர்ச்சியைப் பாராட்டி ஆடைகளோடு தகுந்த ஆபரணங்களையும் அணிகலன்களையும் அவ்வப்போது அன்பளிப்பாக வழங்குதல்.

மனைவியின் கடமைகள்

சிகாலரே, மனைவி கணவரை மேற்கு திக்கு பாலகராகப் பாவித்து போற்றியும் உதவி செய்தும் கீழ்க்கண்டவாறு ஐந்து வழிகளில் தமது அன்பையும் கருணையையும் காட்ட வேண்டும்.

I. செய்ய வேண்டிய பணிகளை ஒழுங்காகத் திட்டமிட்டு நன்றாகச் செய்தல்

II. கணவரின் உறவினர்களையும் தன் பிறந்த வீட்டு உறவினர்களையும் மற்றும் குடும்பத்தைச் சார்ந்துள்ளவர்களையும்[13] மதிப்புடனும் மரியாதையுடனும் நேசித்தல், விருந்தோம்புதல்.

III. கற்புடமை: கணவரின் நம்பிக்கைக்கு பாத்திரமாக இருத்தல்

IV. கணவர் ஈட்டியதைப் பேணிப் பாதுகாகத்தல்,

V. கைத்தொழிலிலும் செய்யும் வினைகளிலும் தேர்ச்சி பெற்றுத் திறமையோடும் சுறுசுறுப்போடும் கடமைகளை நிறைவேற்றுதல்.

இவ்வாறு ஐந்து வழிகளில் கணவர் மனைவியையும் மனைவி கணவரையும் முறையே மேற்குத் திக்கு காவலர்களாகப் போற்றி

---

13 "பரிஜன": சூழ்ந்துள்ள மக்கள் என்று மூலத்தில் குறிப்பிடப்பட் டுள்ளது.

மதித்தும் ஆதரித்தும் தமது அன்பையும் கருணையையும் காட்ட வேண்டும். இவ்வாறு மேற்குத் திக்கு அவர்களால் பத்திரமாக்கப்டுகின்றது, பாதுகாக்கப்படுகின்றது.

4. வடக்குத் திக்கு

இல்லறத்தாரின் கடமைகள்

சிகாலரே, ஒரு இல்லறத்தார் தமது உற்றார்களையும், உறவினர்களையும் நண்பர்களையும் கூட்டாளிகளையும் வடக்குத் திக்கு பாலகர்களாகப் பாவித்து அவர்களைப் போற்றி மதித்து கீழ்கண்டவாறு ஐந்து வழிகளில் தமது அன்பையும் கருணையையும் காட்ட வேண்டும்:

I. தாராள மனத்துடன் இருப்பதை இல்லாதவர்களோடு வேண்டிய சமயத்தில் பகிர்ந்து கொள்ளுதல்

II. எப்பொழுதும் அன்புடனும் மரியாதையுடனும் கனிவாகவே பேசுதல்

III. வேண்டிய உதவிகளை உரிய நேரத்தில் விரைந்து செய்தல்.

IV. பாரபட்சம் காட்டாமல் நடுநிலையாக இருத்தல், நேர்மையாக இருத்தல்.

V. சொல் செயல் இரண்டிலும் ஒன்றாய் இருத்தல், நேர்மையாக இருத்தல்.

உற்றார் உறவினர் நண்பர் மற்றும் கூட்டாளிகளின் கடமைகள்

சிகாலரே, உற்றார் உறவினர்களும் நண்பர்களும் கூட்டாளிகளும் இல்லறத்தாரை வடக்குத் திக்கு பாலகராகப் பாவித்துப் போற்றி ஆதரித்து கீழ்க்கண்டவாறு ஐந்து வழிகளில் தமது அன்பையும் கருணையையும் காட்ட வேண்டும்.

I. அவர் விழிப்புணர்வும் எச்சரிக்கும் அறிவும் குன்றி தற்காப்பில் தளர்ந்திருக்கும் போது அவரைப் பாதுகாத்ததல்,

II. அதேமாதிரி அவரது உடைமைகளையும் செல்வத்தையும் பாதுகாத்தல்.

III. அவர் ஆபத்தில் இருக்கும்போது அடைக்கலம் அளித்துக் காப்பாற்றுதல்

IV. அவர் பிரச்சினைகளில் சிக்குண்டு அல்லலுறும்போது கைவிடாமல் ஆதரவு நல்குதல்.

V. அவரது குடும்பத்தினர்பால் அன்பும் அக்கறையும் கொண்டிருத்தல்.

இவ்வாறு ஐந்து வழிகளில் இல்லறத்தாரும் அவரது உற்றார் உறவினர்களும் நண்பர்களும் கூட்டாளிகளும் ஒருவரையொருவர் வடக்குத் திக்கு பாலகராகப் பாவித்துப் போற்றி மதித்தும் ஆதரித்தும் தமது அன்பையும் கருணையையும் காட்ட வேண்டும் இவ்வாறு வடக்குத் திக்கு அவர்களால் பத்திரமாகப்படுகின்றது, பாதுகாக்கப்படுகின்றது.

5. வானுச்சி

இல்லறத்தாரின் கடமைகள்

சிகாலரே, ஒரு இல்லறத்தார் அறவோர்களையும் துறவிகளையும் வானுச்சியைக் காக்கும் திக்கு பாலர்களாகக் கருதி அவர்களைப் போற்றி மதித்தும் வழிபட்டும் கீழ்க்கண்டவாறு ஐந்து வழிகளில் தமது அன்பையும் ஆன்மீக ஈடுபாட்டையும் காட்ட வேண்டும்:

I. பணிவன்போடும் பக்தியோடும் கூடிய செயல்களின் மூலம்.

II. பணிவன்போடும் பக்தியோடும் கூடிய பேச்சுகளின் மூலம்.

III. எப்பொழுது அவர்கள் வந்தாலும் அவர்களை இன் முகத்துடன் வரவேற்று உபசரிப்பதன் மூலம்,விருந்தோம்புதல் மூலம்.

IV. அவர்களது உலகாயுதத் தேவைகளுக்கான பொருள்களையும் வசதிகளையும் வழங்குவதன் மூலம்.

அறவோர் மற்றும் துறவிகளின் கடமைகள்

சிகாலரே, அறவோர்களும் துறவிகளும் இல்லறத்தாரை வானுச்சியைக் காக்கும் திக்குபாலகராகப் பாவித்து அவரை நன்னெறிப்படுத்திக் கீழ்க்கண்டவாறு ஆறு வழிகளில் தமது

அன்பையும் கருணையையும் காட்ட வேண்டும்:

I. அவர்கள் தீய செயல்களில் ஈடுபடுவதைத் தடுத்து நிறுத்தல்.

II. நல்ல செயல்களையே புரிவதற்கு அவருக்கு அறிவுரை வழங்கித் தூண்டுதல்

III. கருணையே உருவான சித்தத்தோடு அவரை நேசித்தல்.

IV. அவர் கேட்டறியாத அறநெறியைப் போதித்தல்.

V. அவர் கேட்டறிந்தவற்றை மேலும் விளக்கித் தெளிவுபடுத்துதல்

VI. உயரிய விண்ணுலக வாழ்க்கையை அடைய அவருக்குச் சரியான பாதையைக் காட்டுதல்.

மேற்கண்டவாறு இல்லறத்ததார் அறவோர்களையும் துறவி களையும் அறவோர்களும் துறவிகளும் இல்லறத்தாரையும் முறையே வானுச்சியைக் காக்கும் திக்கு பாலகர்களாகக் கருதிப் போற்றி மதித்துத் தமது அன்பையும் கருணையையும் காட்ட வேண்டும். இவ்வாறு வானுச்சி அவர்களால் பத்திர மாக்கப்படுகின்றது. பாதுகாக்கப்படுகின்றது.

6. கீழே (அடி உலகம்)

இல்லறத்தாரின் (முதலாளிகளின் கடமைகள்)

சிகாலரே, ஒரு இல்லறத்ததார் அவரது வேலையாட்களையும் அவரின் கீழ் பணியாற்றும் ஊழியர்களையும் அடி உலகைக் காக்கும் திக்குபாலர்களாகப் பாவித்து அவர்களை ஆதரித்துக் காத்து கீழ்கண்டவாறு ஐந்து வழிகளில் தமது அன்பையும் கருணையையும் காட்ட வேண்டும்.

I. அவர்களின் திறமைகளுக்கேற்பப் பணிகளை அவர் களுக்குப் பகிர்ந்து கொடுத்தல்.

II. அவர்களுக்குப் போதிய உணவும் ஊதியமும் வழங்குதல்.

III. அவர்கள் நோய்வாய்ப்பட்டடால் தக்க மருத்துவ உதவி களை வழங்கிப் பராமரித்ததல்.

IV. பொருத்தமான சமயத்தில் தக்க பரிசுகளை அளித்ததல், ஊதிய உயர்வும் ஊக்கத் தொகையும் வழங்குதல். மற்றும் இன் சுவைகளைப் பகிர்ந்து கொள்ளுதல்.

V. உரிய காலங்களில் அவர்களுக்கு ஓய்வும் விடுமுறையும் அளித்தல்.

வேலைக்காரர்களின் (தொழிலாளிகளின் கடமைகள்)

இவ்வாறு இல்லறத்ததாரால் ஆதரவு காட்டிக் காக்கப்படும் வேலைக்காரர்களும் (தொழிலாளிகளும்) கீழ்கண்டவாறு ஐந்து வழிகளில் அவர்பால் நேசம் காட்டிப் பணியாற்றுபவர்களாக இருக்க வேண்டும்.

I. எஜமானருக்கு முன் எழுந்து செய்ய வேண்டிய பணிகளை விரைவில் திறமையாகச் செய்து முடிக்க வேண்டும்.

II. எஜமானருக்கு பின்னரே அவர்கள் உறங்கச் செல்ல வேண்டும்.

III. இட்ட பணிகளைச் செவ்வனே செய்ய வேண்டும்.

IV. தரப்பட்டதை மட்டும் திருப்தியுடன் ஏற்றுப் பணி புரிய வேண்டும்.

V. எஜமானரைப் பற்றி நல்லதையே சொல்லி அவரது பெயரையும் புகழையும் ஓங்கச் செய்ய வேண்டும்.

மேற்கண்டவாறு இல்லறத்ததாரும் வேலைக்காரர்களும் (தொழிலாளிகளும்) தமது கடமைகளை நிறைவேற்றி ஒருவருக் கொருவர் அன்பையும் கருணையும் காட்ட வேண்டும்.இவ்வாறு அடி உலக திக்கு அவர்களால் பத்திரமாக்கப்படுகின்றது, பாதுகாக்கப்படுகின்றது''.

இவ்வாறு போதித்த புத்தர் மேலும் வலியுறுத்திக் கூறியதாவது:

- "அன்னையும் பிதாவும் கிழக்குத் திக்கு (உறவுப் பிணைப்பு, சார்பு)
- ஆசிரியர்கள் தெற்குத் திக்கு (உறவுப் பிணைப்பு, சார்பு)
- மனைவியும் கணவரும் மேற்குத் திக்கு (உறவுப் பிணைப்பு, சார்பு)

● தோழர்களும் கூட்டாளிகளும் வடக்குத் திக்கு (உறவுப் பிணைப்பு, சார்பு)

● அறவோர்களும் துறவிகளும் மேலே வானுச்சி திக்கு (உறவுப் பிணைப்பு, சார்பு)

● பணியாட்களும் ஊழியர்களும் கீழே அடி உலக திக்கு (உறவுப் பிணைப்பு, சார்பு)

இந்த ஆறு திக்கு (பாலர்)களையும் வணங்கி வழிபடுபவரே பேரின்ப வாழ்வுக்குத் தகுதி பெற்ற சிறந்த இல்லறவாசியாகிறார்.

● விவேகமும் சீரிய ஒழுக்கமும் வாய்ந்தவர், இனிமை யானவர், கனிவானவர், கூரறிவுத் திறன் கொண்டவர், பணிவன் போடு கூடியவர், இணக்கமானவர் – அத்தகைய ஒருவர் பெருமதிப்பும் புகழும் பெறுகிறார்.

● சோம்பிக் கிடக்காமல் எப்பொழுதும் சுறுசுறுப்பாகச் செயலாற்றுபவர், அவக்கேடு நேரும்போதும் சமநிலை குலை யாது அமைதி காப்பவர் நடத்தையில் அப்பழுக்கற்றவர், கூர்மதியாளர் – அத்தகைய ஒருவர் பெருமதிப்பும் புகழும் பெறுகிறார்.

● நட்பிணக்கமுடையவர்,விருந்தோம்பலில் சிறந்தவர், பெருந்தகைமை வாய்ந்தவர், தன்னலப் பற்றற்றவர், அறிவுரை வழங்கி வழிகாட்டியாகவும் தலைமை தாங்கி நடத்துபவராகவும் இருப்பவர் –அத்தகைய ஒருவர் பெருமதிப்பும் புகழும் பெறுகிறார்.

● தாராள குணம் படைத்தவர், அன்பான கனிவான பேச்சுடையவர், மற்றவர்களுக்கு விரைந்து சென்று உதவும் பண்பாளர், விருப்பு வெறுப்பின்றி அனைவரையும் சமமாகப் போற்றி மதிப்பவர் – அத்தகைய ஒருவர் பெருமதிப்பும் புகழும் பெறுகிறார்.

● ஓடும் வண்டியைக் கடையாணி சரியாகப் பாதுகாப்பது போலவே, இந்த நான்கு வெற்றி வழிகளும் உலகை ஒழுங்காக இயக்குகின்றன. இந்த நான்கும் இல்லையெனில், தாயாக இருந்தாலும் சரி, தந்தையாக இருந்தாலும் சரி, அவர்களும் தமது குழந்தைகளிடமிருந்து கூட நன்மதிப்பையும் பாராட்டுதலையும் எதிர்பார்க்க முடியாது.

● இந்த நான்கு வெற்றி வழிகளிலே சிறந்தவர்காளாக இருப்பதாலேயே விவேகமுடையவர்கள் உயர்நிலைகளை அடைகிறார்கள்.

● இந்த நான்கு வெற்றி வழிகளின் காரணமாகவே அவர்கள் பெரும் புகழையும் அடைகிறார்கள்.

மேன்மை பெருந்திய புத்தர் பிரானின் இந்த அறிவுரையைக் கேட்டுப் பெருமகிழ்ச்சி கொண்டு இளைஞர் சிகாலர் வியந்தார்:

"அற்புதம் புத்தர் பெருமானே! அற்புதம்! குப்புற வீழ்ந்தது எடுத்து நேராக நிலை நிறுத்தப்பட்டது போல, அல்லது மறைபொருளாக இருந்தது கண்டுபிடிக்கப்பட்டது போல வழிதவறிப் போனவருக்குச் சரியான வழி காட்டப்பட்டது போல, காரிருளிலே கண்களிலிருந்தும் காண முடியாமல் தத்ததளிப்பவருக்கு விளக்கொளி காட்டப்பட்டது போல, – அதே மாதிரி மெய்யான தத்துவம் மேன்மை பொருந்திய புத்தரால் பல வழிகளில் நன்றாக விளக்கியுரைக்கப்பட்டது.

" பெருமானே, நான் புத்தரையும் தம்மத்தையும் சங்கத்தையும் அடைக்கலக் காப்பாக ஏற்கின்றேன். இந்த கணத்திலிருந்து எப்பொழுதும் வாழ்நாள் முடியும் வரை மும்மணிகளையும் சரணமடைந்த இந்த இல்லறவாசியை மேன்மை பொருந்திய புத்தர்பிரான் ஒரு உபாசகராக ஏற்பாராக."

மங்கலம் உண்டாகட்டும். ●

கொன்றைவேந்தன் மீள்வாசிப்பு

அயோத்திதாசர் உரையெழுதிய கொன்றை வேந்தன் புத்த நெறி கண்ணோட்டத்தில் அமைந்தது. ஆனால் புத்தநெறியில் உள்ள கருத்துக்களில் எதை சுட்டுகின்றது என்ற வரையறை இல்லை. அவருடைய காலத்தில் அவருக்கு கிடைத்த தரவுகளின் அடிப்படையில் அவர் தனது ஆய்வு முடிவுகளை முன்வைத்தார்.

தற்போதைய சூழலில் புத்தநெறி அடிப்படையில் அமைந்த கொன்றைவேந்தன் அறப்புத்தகம் புத்தநெறி கோட்பாட்டில் உள்ள சிகாலவாத சுக்தத்துக்கான தமிழ் மொழிபெயர்ப்பாக உள்ளது. அந்த அடிப்படையில் இந்த அத்தியாயத்தில் கொன்றைவேந்தனையும் சிகாலவாத சூக்தத்தையும் ஒப்பீட்டு எழுதியிருக்கின்றேன்.

இல்லறத்தாருக்கு, மகிழ்ச்சியான வெற்றிகரமான வாழக் கைக்குத் தேவையான அறிவுரைகளை வழங்கும் பேரூரைகள் பல திரிபிடகங்களில் உள்ளன. "சிகாலவாத – சுத்தம் அல்லது இல்லறத்தாரின் கடமைகள் பற்றிய பேருரை என்பது இல்ல றத்தாரின் இல்லறக் கடமைகள், மற்றும் சமூகக் கடமைகள் ஆகியவற்றை அழகுற விவரிக்கின்றது (29) "ஆறு திசைகளையும் வணங்குதல்" என்னும் வடிவத்தில் கடமைகள் வெளிப்படுத்தப் படுகின்றன.

I. கிழக்கு – பெற்றோரையும், பிள்ளைகளையும் குறிக்கிறது.

II. தெற்கு – ஆசிரியர்களையும் மாணவர்களையும் குறிக் கிறது.

III. மேற்கு – கணவனையும், மனைவியையும் குறிக்கிறது.

IV. வடக்கு – நண்பர்களையும், உறவினரையும் குறிக்கிறது.

V. கீழே – முதலாளி, தொழிலாளிகளைக் குறிக்கிறது.

VI. மேலே – துறவோரையும், இல்லறத்தாரையும் குறிக்கிறது.

1. கிழக்கு – பெற்றோர், பிள்ளைகள் ஆகியோரின் கடமைகள்

அ. பெற்றோரின் கடமைகள்.

1. அவர்கள் (பிள்ளைகள்) தீமை செய்யாமல் தவிருங்கள்

2. நன்மை புரிய ஊக்குவியுங்கள்

3. ஒரு தொழிலில் அவர்களைப் பயிற்றுவியுங்கள்

4. பொருத்தமான திருமண ஏற்பாடு செய்யுங்கள்

5. உரிய நேரத்தில் அவர்களுக்குரிய வாரிசு உரிமைச் சொத்தினை அவர்களுக்கு அளியுங்கள்.

கொன்றை வேந்தனில் அவ்வையாரும் பிள்ளைகளின் பால் பெற்றோரின் கடமைகளை கீழ்கண்டவாறு கூறியுள்ளார்.

பெற்றோரின் கடமைகள்

1. ஔவியம் பேசுதல் ஆக்கத்திற்கு அழிவு

அடுத்தவர்களை கெடுப்பதற்கான ஆலோசனை வழங்குதலும், அதைக் குறித்து பேசுவதும், பேசுபவரின் உடலுக்கு அழிவைத் தரும்.

2. கிட்டாதாயின் வெட்டென மற

பொருள்களின் மேல் மிகுந்த பற்றுக் கொண்டு வாழாதே.

3. ஐயம் புகினும் செய்வன செய்

இரந்துண்ணும் காலம் வரினும் அவனவன் செய்தொழிலில் முயற்சி குன்றாதிருந்து செய்யக்கூடிய வினையை செய்து சீவித்திருக்க வேண்டும்.

4. சந்ததிக்கு அழகு வந்தி செய்யாமை

வம்சத்திற்கு அழகு மக்கள்பேறு உண்டாகும்படி மனைவியுடன் கூடி வாழ்தலாகும்.

5. புலையும் கொலையும் களவும் தவிர்

புலால் உண்ணுதலும், பிற உயிரைக் கொல்லுதலும், பிறர் பொருளைக் திருடுதலும் செய்யாதே.

6. போனகம் என்பது வானவர் விருந்து

தெய்வநிலைக் கண்டவர்கள் தங்களைச் சார்ந்தவர்களுக்கு அளிக்கும் விருந்து அமுதம் எனப்படும்.

7. வளவன் ஆயினும் அளவறிந்து அழித்து உண்

செல்வந்தன் ஆயினும் தானியங்களை அளவறிந்து செலவிட வேண்டும்.

8. மேழிச்செல்வம் கோழை படாது

உழுதுப் பயிர்செய்வதால் வரும் செல்வம் குறையது.

9. வெள்ளைக்கு இல்லை கள்ளச் சிந்தை

களங்கமற்ற மனம் உடையவனிடத்தில் வஞ்சக நினைப் பில்லை

10. வைகல் தோறும் தெய்வம் தொழு

மனதினில் அன்பை வளர்த்து ஆசைகளை அடக்கி வாழ வேண்டும்.

ஆ. பிள்ளைகளுக்கான கடமைகள்

தற்காலச் சூழலில் ஆண் மற்றும் பெண் பிள்ளைகள் தங்கள் பெற்றோர்களுக்கு செய்ய வேண்டிய முக்கியக் கடமைகளைக் குறிக்கின்றது

1. அவர்களை ஆதரியுங்கள் (பெற்றோர்களை முதுமையில்)

2. அவர்களின் கடமைகளைப் புரியுங்கள்.

3. குடும்ப மரபுப் புகழைப் பேணுங்கள்.

4. சொத்துக்குரிய மதிப்பு மிக்க வாரிசாய்த் திகழுங்கள்.

5. மறைவுற்ற பெற்றோர் நினைவாக தானமளியுங்கள்.

கொன்றை வேந்தனில் அவ்வை பாட்டி குழந்தைகளின் கடமையாக சொல்லியவை

11. அன்னையும் பிதாவும் முன்னறி தெய்வம்

தாயும், தந்தையும் கண்ணெதிரில் காணக்கூடிய தெய்வங்கள். அவர்களை இறுதிக் காலம் வரை ஆதரித்து அவர்களுக்கு பணியாற்றுதல்

12. ஆலயம் தொழுவது சாலவும் நன்று

முதல் தெய்வங்களாக காணும் தாய், தந்தையரை வணங்குவது எக்காலத்திற்கும் சுகம் தரும்.

13. சான்றோர் என்கை ஈன்றோர்க்கு அழகு

தன் புதல்வரை அறிவுடையோர் என்று பிறர் சொல்லக் கேட்பது பெற்ற தாய்க்கு மகிழ்ச்சியாகும்.

14. தந்தை சொல் மிக்க மந்திரம் இல்லை

தன்னை பெற்றெடுத்த தந்தை தனக்கு நீதி நெறிகளை போதித்த குருவாகிய தகப்பன் சொல்லே, மந்திரம் ஆகும்.

15. தாய் சொற் துறந்தால் வாசகமில்லை

தன்னை பெற்றெடுத்த தாய், கற்பித்த ஞானத்தாயாரும் சொல்லித்தந்தவைகளை மறந்தால் ஒழுக்கம் தவறி போகும்.

16. மூத்தோர் சொல் வார்த்தை அமிர்தம்

பெரியோர் சொல்லிய வார்த்தையானது தேவாமிர்தம் போல் இன்பத்தை செய்யும்.

17. மொழிவது மறக்கின் அழிவது கருமம்

தனது தாய், தந்தை, எஜமான் ஆகியோரின் கட்டளைகளை மறந்தால் எந்த வேலையும் நடக்காது.

18. குற்றம் பார்க்கின் சுற்றம் இல்லை

குடும்பத்தில் குற்றம் சொல்லி வாழ்பவர்களுக்கு உறவுகள் இல்லாமல் போகும்.

2. தெற்கு – ஆசிரியர்கள் – மாணவர்களின் கடமைகள்

அ. ஆசிரியர்களுக்குரிய கடமைகள்.

தற்காலச் சூழலில் கல்வி நிறுவனங்கள், ஆசிரியர்கள், பேராசிரியர்கள், மற்றும் மதத் தலைமையேற்று நடத்தும் குருமார்கள், புத்தசங்கங்கள் மற்றும் பிக்கு, பிக்குனிகளின் கடமைகளைக் குறிக்கின்றது.

I. நல்லொழுக்க நெறியில் அவர்களைப் பயிற்றுவியுங்கள்.

II. அவர்கள் தம் பாடங்களை நன்கு ஈர்த்துக் கொள்ளச் செய்யுங்கள்.

III. அவர்களுக்கு கலை அறிவியல் இரண்டையும் கற்பி யுங்கள்.

IV. உயர் பேரறிவும் பெருங்கல்வியும் உடைய பெரியோரைச் சீடர்களுக்கு அறிமுகப்படுத்துங்கள்.

V. அவர்களுக்கு பாதுகாப்பு ஏற்பாடு செய்யுங்கள்.

ஆசிரியர்களின் கடமைகளாக அவ்வை பாட்டி கொன்றை வேந்தனில் எழுதியிருப்பது

19. எண்ணும் எழுத்தும் கண் எனத் தகும்.

கணிதமும் இலக்கணமும் மனிதர்க்கு இரண்டு கண்கள் என்று சொல்லத் தகும்.

20. ஓதலின் நன்றே வேதியர்க்கு ஒழுக்கம்

அறநெறிகளை அனைவரும் அறிய கற்பித்தலே பௌத்த துறவிகளின் வாழ்க்கை முறையாகும்.

21. கீழோர் ஆயினும் தாழ உரை

ஏழைகள் மற்றும் அறிவில்லாதவர்களாக இருப்பினும் அவர்களுக்கு புரியும் வகையில் மென்மையாக பேசு

22. நைபவர் எனினும் நொய்ய உரையேல்

கேட்பவர் எதிர் சொல் பேசாமல் வருந்துவோராயினும், அற்ப வார்த்தைகளை பேசாதே.

23. நொய்யவர் என்பவர் வெய்யவர் ஆவர்

ஒருவரை மனம் நோக பேசுகின்றவர்கள் கொடிய சினம் கொண்டவர்களாக இருப்பர்.

ஆ. மாணவர்களின் கடமைகள்

தற்காலச் சூழலில் மாணவர்கள், மாணவிகள், மற்றும் தொலைதூரக் கல்விநிலையங்களின் பயில்வோர்களுக்கான கடமைகளாக கொள்ள வேண்டும்.

I. அவர்களுக்கு (ஆசிரியர்களுக்கு) மரியாதை காட்டுங்கள்

II. அவர்களுக்கு (ஆசிரியர்களுக்கு) தொண்டு புரியுங்கள்

III. கற்பதில் ஆர்வம் காட்டுங்கள்

IV. கற்கும் போது கவனமாயிருங்கள்

V. தனிப்பட்ட முறையில் உதவுங்கள்.

24. கைப்பொருள் தன்னின் மெய்ப்பொருள் கல்வி

கையிலிருக்கின்ற திரவியத்தைக் காட்டிலும் கல்வியே உண்மைப் பொருளாகும்.

25. செய்தவம் மறந்தால் கைதவம் ஆளும்

ஒருவன் தான் கடைபிடித்து வரும் நல்லொழுக்கங்களை மறப்பானாயின் அவன் அனுபவித்து வரும் சுகங்கள் கிடைக்காமல் போகும்.

26. நிற்க கற்றல் சொல் திறம்பாமை

மனதில் உறுதியாக நிற்கும் வகையில் கற்ற கல்வியானது எப்பொழுதும் மறக்காது.

27. நூல் முறை தெரிந்து சீலத்து ஒழுகு

நீதி நூலில் சொல்லப்பட்ட விதிகளை அறிந்து நல்லொழுக்க வழியில் நட.

28. மோனம் என்பது ஞான வரம்பு

பற்றில்லாத நிலையை அடைதலே அறிவு வளர்ச்சியின் எல்லையாகும்.

29. ஓதாதவர்க்கு இல்லை உணர்வோடு ஒழுக்கம்

நல்ல நூல்களை பயிலாதவர்க்கு அறிவும் நன்னடையும் இல்லை.

3. மேற்கு – கணவன் – மனைவி கடமைகள்

அ. கணவனுக்குரிய கடமைகள்.

I. அவளிடம் கனிவாயிருங்கள்.

II. அவளை வெறுக்காதீர்கள்

III. அவளிடம் நம்பிக்கை கொள்ளுங்கள்

IV. அவள் கையில் அதிகாரத்தை ஒப்படையுங்கள்

V. அவளுக்குரிய அலங்காரங்களை அவளுக்கு அளியுங்கள்.

கணவரின் கடமைகளாக ஆத்திசூடியில் அவ்வைபாட்டி அறிவுறுத்தியது

30. இல்லறமல்லது நல்லறமன்று

மனையாளுடன் கூடி வாழும் வாழ்க்கையில் மனமொத்து வாழ்தலே நல்லறமெனப்படும்.

31. சிவத்தைப் பேணின் தவத்திற்கு அழகு

உனக்குள்ளே அன்பை அதிகரிக்க செய்வதே சுகமான வாழ்வுக்கு சிறப்பான வழி.

32. பிறன் மனை புகாமை அறம் எனத் தகும்

பிறன் மனை விரும்பாமையே உயர்ந்த தருமம் என்று சொல்லத்தகும்.

33. மைவிழியார் மனை அகன்று ஒழுகு

மை தீட்டிய கண்களையுடைய பரத்தையர் மனையை அணுகாமல் விலகி நட

34. விருந்து இலோர்க்கு இல்லை பொருந்திய ஒழுக்கம்

விருந்தினரை உபசரியாதவர்களுக்கு தகுதியான இல்லற ஒழுக்கம் இல்லையாம்.

35. மெத்தையில் படுத்தல் நித்திரைக்கு அழகு

மிருதுவான பஞ்சணையிற் படுத்தல் நித்திரைக்கு அழகாகும்.

36. கொற்றவன் அறிதல் உற்ற இடத்து உதவி

வல்லவனாக இருந்தாலும் தன்னை அறிந்து கொண்டு தன் உடலைக் காக்க வேண்டும்.

ஆ. மனைவிக்குரிய கடமைகள்.

I. இல்லறத்திற்குரிய கடமைகளை நன்கு புரிக.

II. விருந்தோம்பலைப் புரிக. (உற்றார்க்கும் உறவினருக்கும்)

III. நம்பிக்கைக்குரியவராக இருங்கள்.

IV. கணவனின் செல்வத்துக்கு பாதுகாப்பாய் இருங்கள்.

V. ஆற்றலும் செயல்திறனும் உள்ளவராய் இருங்கள்.

மனைவியின் கடமைகளாக கொன்றை வேந்தனில் அவ்வை பாட்டி குறிப்பிட்டுள்ளவை

37. உண்டி சுருங்குதல் பெண்டிர்க்கு அழகு

மிதமாக உண்பது மாதர்களுக்கு சிறப்பாகும்.

38. ஒருவனைப் பற்றி ஓரகத்து இரு

தக்கான் ஒருவனைப் துணையாகப் பற்றிக்கொண்டு ஓரிடத்தில் வாசஞ்செய்.

39. கற்பெனப்படுவது சொற் திறம்பாமை

பெண்கள் கணவன் மற்றும் குடும்பத்தினரின் வாக்கை மதித்து நடத்தலே கற்பெனப்படும்.

40. காவல்தானே பாவையர்க்கு அழகு

அறிவுடைய பெண்களாயினும், தம்மை காக்கும் காவலனை கொண்டிருப்பதே சிறப்பு

41. சேமம் புகினும் யாமத்து உறங்கு

நேரத்தோடு செய்ய வேண்டிய வேலை எதுவும் இல்லை யென்றாலும் அதிக நேரம் உறங்குவது கூடாது.

42. துடியாப் பெண்டிர் மடியில் நெருப்பு

கணவர்க்கு துன்பம் வந்தபோது மனம் பதையாத மகளிர், அவர் வயிற்றில் கட்டிய நெருப்பாவார்.

43. தூற்றும் பெண்டிர் கூற்று எனத்தகும்.

வீட்டில் நடக்கும் விவரங்களை வெளியில் சொல்லித்திரியும் பெண்கள் கணவனுக்கு எமனாக அமைவார்கள்.

44. நல் இணக்கம் அல்லது அல்லல் படுத்தும்

நற்சேர்க்கையல்லாத கெட்ட சகவாசம் துன்பத்தை உண்டாக்கும்

45. பேதமை என்பது மாதர்க்கு அணிகலம்

அறிந்தும் அறியாதவர் போல் அடங்கியிருக்கும் குணம் மாதர்களுக்கு ஆபரணம் ஆகும்.

46. மீகாமன் இல்லா மரக்கலம் ஓடாது

மாலுமியில்லாத கப்பல் ஓடாது (நல்வழியில் நடத்தும் தலைவினில்லாத குடும்பமும், வேந்தனில்லாத நாடும் செம்மையாக நடைபெறாது.)

47. ஒத்த இடத்து நித்திரை கொள்

சமமான இடத்திலே படுத்து நித்திரை செய்

4. வடக்கு – நண்பர்கள், இல்லறத்தார் கடமைகள்

அ. நண்பர்கள்பால் / சுற்றத்தினர்கள்பால் இல்லறத்தார்க்குரிய கடமைகள்.

I. தாராளமாயிருங்கள்.

II. கனிவாயிருங்கள்.

III. உதவியாயிருங்கள்.

IV. நடுநிலையாயிருங்கள்.

V. நேர்மையாயிருங்கள்.

இல்லறத்தாரின் கடமைகளாக அவ்வை பாட்டி கொன்றை வேந்தனில் அறிவுறுத்தியிருப்பது.

48. ஈயார் தேட்டை தீயார் கொள்வர்

மற்றவர்களுக்கு கொடா லோபியரின் சுகப்பொருளை வஞ்சகர்

பொய்யர்களாகிய கொறூர சிந்தையுடையவர்கள் அபகரித்துக் கொள்வார்கள்.

49. ஊருடன் பகைக்கின் வேறுடன் கெடும்

ஒரு கிராமத்தில் சேர்ந்து வாழும் எல்லோருடனும், பகை கொண்டால், தனது புத்திரர்கள் மற்றும் சந்ததியுனருடன் சீரழிய நேரும்.

50. ஏவா மக்கள் மூவா மருந்து

பெற்றோர் அல்லது எஜமான் சொல்வதற்கு முன்பே குறிப்பறிந்து செய்யும் பிள்ளைகள் அவர்களுக்கு தேவாமிர்தத்தை ஒப்பானவர்கள்.

51. அஃகமும் காசும் சிக்கெனத் தேடு

உடலுக்கும் மனதுக்கும் களங்கம் தரும் செயல்களை செய்யாதிருங்கள்.

52. கெடுவது செய்யின் விடுவது கருமம்

செய்யும் தொழிலில் இழப்பு அல்லது நட்டம் உண்டாகுமெனில் அந்த செயலை செய்யாமல் விட்டு விடுவதே சிறப்பு

53. கேட்டில் உறுதி கூட்டும் உடமை

பொருளை இழந்த காலத்தில் மனந்தளராமல் உறுதியுடனிருப்பது மீண்டும் செல்வத்தை உண்டாக்கும்.

54. கோள் செவிக் குறளை காற்றுடன் நெருப்பு

கோள் கேட்கும் இயல்புள்ளவன் காற்றுடன் கலந்த நெருப்பு போல தன்னையும் தன் குடும்பத்தையும் அழித்துக் கொள்வான்.

55. கொளவை சொல்லின் எவ்வருக்கும் பகை

ஒருவர் சொல்லை மற்றொருவருக்கு எப்போதும் சொல்லாதே.

56. சீரைத் தேடின் ஏரைத் தேடு

சுகமாக வாழ விரும்பினால் உழுது பயிரிடும் தொழிலைத் தேடிக்கொள்.

57. திரைக்கடல் ஓடியும் திரவியம் தேடு

கடல்வழியாக தேசாந்திரம் சென்றும் பொருளைத் தேடு.

58. தீராக் கோபம் போராய் முடியும்

தனியாத கோபமானது போராக முடியும்.

59. தேடாது அழிக்கின் பாடாய் முடியும்.

பொருளை சம்பாதியாமல் செலவழித்துக் கொண்டிருந்தால் துன்பமாக முடியும்.

60. தையும் மாசியும் வையகத்து உறங்கு

தை மாசி மாதத்தில் பூமியை உழுது பயிரிட வேண்டும்.

61. தொழுது ஊண் சுவையின் உழுது ஊண் இனிது

சேவகஞ் செய்து உண்ணும் உணவைக் காட்டிலும், உழுது பயிர் செய்து உண்ணும் உணவு இன்பம் தரும்.

62. நுண்ணிய கருமமும் எண்ணித் துணி

சிறிய காரியத்தையும் நன்கு ஆலோசனை செய்து செய்யத்துணி.

63. பாலோடு ஆயினும் காலம் அறிந்து உண்

பால் கலந்த பழம், சோறு இவைகளை காலை நேரத்தில் உண்ண வேண்டும்.

64. சை ஒத்து இருந்தால் ஐயம் இட்டு உண்

தன்னை உணர்ந்த துறவிகளும் சான்றோர்களும் இருந்தால் அவர்களுக்கு உணவளித்தப் பின்பே உண்ண வேண்டும்.

65. சொக்கர் என்பவர் அத்தம் பெறுபவர்

அனைத்து பாசப் பந்தங்களையும் துறந்தவர்கள் நிர்வாண நிலையை அடைவார்கள்.

66. தோழனோடும் ஏழைமை பேசேல்

உன் வறுமை முதலிய எளிமையை நண்பனிடத்தில் சொல்லாதே.

ஆ. நண்பர்களுக்குரிய கடமைகள்.

I. ஆபத்தில் இருக்கும் போது அவரைக் காப்பாற்றுங்கள்.

II. அவர் விழிப்பற்றிருக்கும் போது அவர் செல்வத்தைக் காப்பாற்றுங்கள்.

III. அவர் ஆபத்தில் இருக்கும் போது அவருக்கு அடைக்கலமாய் இருங்கள்.

IV. அவர் தொல்லையில் இருக்கும் போது அவருக்கு அடைக்கலமாய் இருங்கள்.

V. அவருடைய குடும்பத்தின்பால் அன்புள்ளவராயிருங்கள்.

கொன்றைவேந்தனில் அவ்வை பாட்டி இல்லறத்தார் பால் நண்பர்களுக்குரிய கடமைகளாக அறிவுறுத்தியிருப்பது.

67. கூர் அம்பாயினும் வீரியம் பேசேல்

கூரிய அம்பை (ஆயுதங்களை அல்லது பொருளை) வைத்திருந்தாலும், அதனை மட்டும் நம்பி உன் பலத்தை மதிப்பிடாதே.

68. சுற்றத்திற்கு அழகு சூழ இருத்தல்

சுற்றத்திற்கு அழகாவது நன்மை தீமைகளில் சூழ வந்திருப்பதாகும்.

69. பீரம் பேணில் பாரம் தாங்கும்

மனதிடமும் துணிச்சலும் உள்ளவன் எடுத்த காரியத்தை எளிதில் முடிப்பான்.

70. பையச் சென்றால் வையம் தாங்கும்

ஒருவன் தகுதியான வழியில் நடந்தால் உலகத்தார் அவனை மேலாகக் கொள்வர்.

71. பொல்லாங்கு என்பது எல்லாம் தவிர்

தீங்குகள் என்று சொல்லப்பட்ட யாவற்றையும் செய்யாதொழி.

72. முற்பகல் செய்யின் பிற்பகல் விளையும்

ஒரு பகலின் முற்பாகத்தில் பிறருக்கு தீங்கு செய்தால் பிற்பாகத்தில் தனக்கு அத்தீங்கு உண்டாகும்.

73. வீரன் கேண்மை கூர் அம்பாகும்.

வீரனுடைய நட்பானது என்றும் துன்பம் தரும்.

5. கீழே – முதலாளிகள் – தொழிலாளர்கள் கடமைகள்

அ. முதலாளிகளுக்கு(எஜமான்) உள்ள கடமைகள்

தற்காலச் சூழலில் முதலாளிகள், அமைச்சர்கள், அரசு அதிகாரிகள், அரசியல்வாதிகள் ஆகியோரைக் குறிக்கின்றது.

1. அவர்கள் திறனுக்கேற்ற வேலைகளை அவர்களிடம் ஒப்படையுங்கள்.
2. அவர்களுக்கு உணவும், போதிய ஊதியமும் அளியுங்கள்
3. பிணியுற்ற காலத்தில் பராமரித்தல்.
4. இனியவைகளை அவர்களோடு பகிர்ந்து கொள்ளுதல்.
5. உரிய காலங்களில் அவர்களுக்கு விடுமுறை அளித்தல்.

கொன்றைவேந்தனில் அவ்வை பாட்டி முதலாளிகள்பால் தொழிலாளர்களுக்கு உரிய கடமைகளாக அறிவுறுத்தியிருப்பது

74. சூதும் வாதும் வேதனை செய்யும்

சூதாடுதலும் விதண்டாவாதம் பேசுவதும் துன்பத்தை உண்டாக்கும்

75. தெய்வம் சீறின் கைத்தவம் மாளும்

தெய்வநிலைக் கண்டோரின் மனதில் சினம் உண்டாக காரணமாக இருப்பவர் செய்கின்ற தொழில் அழிவுக்கு உண்டாகும்.

76. நாடெங்கும் வாழ கேடொன்றும் இல்லை

விவசாயத் தொழில் செய்பவர்கள் செழித்திருந்தால் தேசத்திற்கு குறைவில்லை.

77. பண்ணியப் பயிரில் புண்ணியம் தெரியும்

ஒருவன் செய்த பயிர் விளைவதிலிருந்து அவன் செய்த புண்ணியம் அறிந்து கொள்ளப்படும்.

78. வானம் சுருங்கின் தானம் சுருங்கும்

மழைப் பெய்வது குறைந்தால் தானம் செய்வது குறையும்.

79. பூரியோர்கில்லை சீரிய ஒழுக்கம்

கீழ்மக்களிடத்தில் சிறந்த ஒழுக்கம் காணப்படுவதில்லை.

ஆ. தொழிலாளர்களுக்கு உரிய கடமைகள்

தற்காலச் சூழலில் பொதுமக்களைக் குறிக்கின்றது. இவற்றில் உடலுழைப்புத் தொழிலாளர்கள், மூளை உழைப்புத் தொழிலாளர்கள், விவசாயிகள் ஆகியோரும் அடங்குவர்.

1. அவர்களுக்கு முன் எழ வேண்டும்(விரைவில் பணிபுரிய வர வேண்டும்.)

2. அவர்களுக்கு பின் உறங்க வேண்டும். (தாமதமாகப் பணியிருந்து செல்ல வேண்டும்.)

3. தரப்பட்டதை மட்டும் எடுத்துக் கொள்ள வேண்டும்.

4. பணியைச் சிறப்புறப் புரிய வேண்டும்.

5. அவருடைய பேரையும் புகழையும் போற்ற வேண்டும்.

கொன்றைவேந்தனில் அவ்வை பாட்டி முதலாளிகள் பால் தொழிலாளர்களுக்கு உரிய கடமைகளாக அறிவுறுத்தியிருப்பது

80. நீரகம் பொருந்திய ஊரகத்து இரு

நீர் வளம் பொருந்திய ஊரில் குடியிரு.

81. நெஞ்சை ஒளித்து ஒரு வஞ்சகம் இல்லை

மனதை அடக்கி ஆள்பவர்களுக்கு வஞ்சக நெஞ்சம் இருக்காது.

82. நேரா நோன்பு சீராகாது

மனம் பொருந்தி செய்யாத தவமானது (வேலை அல்லது தொழில்) செம்மையாக முடியாது.

83. நோன்பு என்பது கொன்று தின்னாமை.

தான் உயிர்வாழ உயிர்களைக் கொன்று தின்னக்கூடாது.

84. பெற்றோர்க்கு இல்லை சுற்றமும் சினமும்

கடவுள் அருளைப் பெற்றவர்களுக்கு உறவும் இல்லை கோபமும் இல்லை.

85. மருந்தும் விருந்தும் முக்குறை அகற்றும்.

மருந்தும் விரும்பி உண்ணும் விருந்தும் மூன்று தோஷங்களை (வாதம், பித்தம், சிலோத்துமம்) அகற்ற வேண்டும்.

86. மாரி அல்லது காரியம் இல்லை

மழை இல்லாமல் போனாலும் உலகத்தில் எந்த தொழிலும் நடக்காது.

87. மின்னுக்கெல்லாம் பின்னுக்கு மழை

மின்னுவதெல்லாம் பின்னே மழைப் பொழிவதற்கு அடையாளம். (ஒருவனுடைய ஊக்கம் முதலியவையெல்லாம் அவனுக்கு பின்னே வரும் நன்மைக்கு அடையாளம்.)

88. உரவோர் என்கை இரவாது இருத்தல்

உடல்பலம் உள்ளவர்கள் அடுத்தவரைச் சார்ந்து வாழாமல் உழைத்து முன்னேற வேண்டும்.

89. ஊக்கம் உடைமை ஆக்கத்திற்கு அழகு

இடைவிடாது முயற்சி உடையவனின் வெற்றியை உலகம் கொண்டாடும்.

90. வேந்தன் சீறின் ஆம் துணை இல்லை

அரசன் ஒருவனை கோபித்தால் அவனுக்கு வேறு உதவி-யில்லை.

91. சோம்பர் என்பவர் தேம்பித் திரிபவர்

எந்த ஒருத் தொழிலையும் சோம்பேறிகள் துக்கம் மிகுதியால் அலைந்து திரிவர்.

பகவான் புத்தர் இல்லறத்தாருக்கு கூறிய அறிவுரையான சிகாலவாத சுக்தத்தை தமிழில் பாடியது பிக்குனி அவ்வையார் ஆவார். அவருடைய கொன்றைவேந்தன் புத்தகத்தில் சிகாலவாத சுக்தத்தில் கூறியுள்ளவாறு ஆறு திக்குகளைக் குறிக்கும் வகையில்

1. குடும்பத்தாருக்கும் (கணவன் – மனைவி)
2. நண்பர்கள்
3. சுற்றத்தார்கள்
4. முதலாளிகளுக்கு
5. தொழிலாளிகள்
6. ஆசிரியர்கள்–மாணவர்கள்,

ஆகியோருக்கான அறிவுரைகளை தொகுத்து தந்துள்ளார்கள். இதை பின்பற்றி, குடும்பத்தார்கள், தங்களது சுற்றத்தையும், செல்வத்தையும் காத்து பயன் அடையலாம்.

பகவான் புத்தர் போதித்த 84,000 சுக்தங்களுள் குடும்பத்தினருக்கு கூறிய அறிவுரையான சிகாலாவாத சூக்தத்தை (தீக நிகாயம் 180 வது பாடல்) பிக்குனி அவ்வையார் தமிழிற்கு கொன்றைவேந்தனில் நமக்கு தந்துள்ளார்.

அதே சமயத்தில் பகவான் புத்தர் குடும்பத்தினர்களுக்கான அறிவுரையை

1. வியாகபஜ்ஜ சுக்தா
2. சாக்கா நமஸ்ஸான சுக்தா
3. உக்கா சுக்தா
4. அகான்னா சுக்தா
5. சம்வாச சுக்தா
6. நகுல சமஜீவி சுக்தா
7. பிரபாவன சுக்தா
8. வசல சுக்தா
9. சலேக்கிய சுக்தா
10. குதன்ட சுக்தா ஆகிய சுக்தங்களில் பகிரிந்துள்ளார்.

இவற்றில் சிகாலவாத சுக்தம் மற்றும் உக்கா சுக்தா ஆகிய இரண்டு சுக்தங்களிலும் மனைவியின் கடமைகளாக கீழ்கண்டவற்றை வலியுறுத்துகின்றார். அவை

I. செய்ய வேண்டிய பணிகளை ஒழுங்காகத் திட்டமிட்டு நன்றாகச் செய்தல்

II. கணவரின் உறவினர்களையும் தன் பிறந்த வீட்டு உறவினர்களையும் மற்றும் குடும்பத்தைச் சார்ந்துள்ளவர்களையும்[1] மதிப்புடனும் மரியாதையுடனும் நேசித்தல், விருந்தோம்புதல்.

III. கற்புடமை: கணவரின் நம்பிக்கைக்கு பாத்திரமாக இருத்தல்

---

1 "பரிஜன": சூழ்ந்துள்ள மக்கள் என்று மூலத்தில் குறிப்பிடப்பட்டுள்ளது.

IV. கணவர் ஈட்டியதைப் பேணிப் பாதுகாத்தல்,

V. கைத்தொழிலிலும் செய்யும் வினைகளிலும் தேர்ச்சி பெற்றுத் திறமையோடும் சுறுசுறுப்போடும் கடமைகளை நிறைவேற்றுதல்.

சிகாலவாத சுக்தத்தில் குடும்பத்தினருக்கான வரையறையை பகவான் புத்தர் செய்திருப்பார். குடும்பம் என்பது,

- தந்தை
- தாய்
- கணவன்
- மனைவி
- மகன் அல்லது மகன்கள்
- மகள் அல்லது மகள்கள்

ஆயினும் உக்கா சுக்தாவில் குடும்பம் என்பதற்கான வரை யறையில்

- தந்தை
- தாய்
- கணவன்
- மனைவி
- மகன் அல்லது மகன்கள்
- மகள் அல்லது மகள்கள் இவர்களுடன்
- அத்தை (மனைவியின் தாய்)
- மாமன் (மனைவியின் தந்தை) ஆகியோரையும் சேர்த்தே குடும்பம் என்பதை வரையறுத்திருப்பார். கூடுதலாக மூன்று தலைமுறைகளாக (ஒரு தலைமுறை என்பது 16 ஆண்டுகள்) பிணக்குகளின்றி சேர்ந்து வாழ்வோரையும் குடும்பம் என்ற வரையறைக்குள் கொண்டு வருகின்றார். இந்த சூக்தத்தில் .

சம்வாச சுக்தாவில் – கணவன் மனைவிக்குள் பிரச்சனை வருவதற்கான காரணங்களைப் பட்டியலிடுகின்றார்.

பிரபவ சுக்தாவில் – கணவனுக்கோ அல்லது மனைவிக்கோ, வேறு ஒரு பெண் அல்லது ஆணுடன் தொடர்பு இருக்கும் போது அந்தக் குடும்பம் சந்திக்கும் பிரச்சனைகளைப் பற்றியும், கூடுதல் தொடர்புடன் இருக்கும் நபர் சந்திக்கும் அவமானங்களைப் பற்றியும் பட்டியலிடுகின்றார்.

சிகாலவாத சுக்தத்தில் – பெற்றோர்கள் பிள்ளைகளுக்கு செய்ய வேண்டிய கடமைகள் குறித்தும், பிள்ளைகள் பெற்றோர்களுக்குச் செய்யவேண்டிய கடமைகள் குறித்தும் பேசும் பகவான் புத்தர்,

மித்தா சுக்தத்தில் தாய் என்பவள் குடும்பத்தின் நண்பர், என்றேக் குறிப்பிடுகின்றார்.

வாத்து சுக்தாவில் மனைவி என்பவர் குடும்பத்தின் சிறந்த நண்பர் என்றும் குழந்தைகளே குடும்பத்தின் மிக உயர்ந்த சொத்துக்கள் என்றும் குறிப்பிடுகின்றார்.

இவ்வாறு பல சுக்தங்களில் குடும்பத்தினருக்கு பகவான் புத்தர் அறிவுரைக் கூறியிருந்தாலும், சிகாலவாத சுக்தம் அவற்றில் உச்சம் என்று அழைக்கப்படுகின்றது. காரணம் இதில் பகவான் புத்தர் குடும்பத்துடன் தொடர்புடைய நபர்களோடு நமது தினசரி வாழ்க்கையில் நாம் சந்திக்கின்ற ஆறு நபர்களுக்குமான அறிவுரை இருப்பதால், சிகாலவாத சுக்தம் குடும்பத்தினருக்கான அறிவுரைகளில் மிகச் சிறப்பான ஒன்று. ●

புத்தநெறிப் பொருளாதாரம்

பகவான் புத்தர் தாம் ஞானமடைந்ததும் தனது சீடர்களுக்கு வாரணாசி மான் பூங்காவில் முதல் பேருரையை நிகழ்த்தினார். அதில் எண்வழி மார்கம், அதன் சிறப்புகள், அதைப் பின்பற்றுவதால் அடையும் நன்மைகள் ஆகியவற்றைக் குறித்தும் விரிவாகப் பேசுகின்றார். பகவான் புத்தரின் போதனைகளை சுருக்கமாக காண்போம்.

புத்தம்

மனிதர்கள் சக மனிதர்களோடும், இயற்கையோடும் இணக்கமான உணர்வுடன் சேர்ந்து வாழ்தலே பௌத்தம் என்பதாகும்.

தம்மம்

மனிதர்கள் எவ்வாறு மற்ற மனிதர்களுடன் சேர்ந்தும், இயைந்தும் வாழ்வது என்ற நெறிமுறையே தம்மம்

சங்கம்

புத்தரின் போதனைகளை ஏற்று அதன்படி வாழ உருவாக்கப்பட்டது சங்கம். வரலாற்றில் ஆண்களுக்கென தனி சங்கமும் பெண்களுக்கென தனி சங்கமும் புத்தர் உருவாக்கினார்.

திரி சரணங்கள்

- புத்தம் சரணம் கச்சாமி
- தம்மம் சரணம் கச்சாமி
- சங்கம் சரணம் கச்சாமி

நான்கு உண்மைகள்

1. வாழ்க்கை துக்கமானது.
2. துக்கத்திற்கான காரணமிருக்கிறது
3. துக்கத்தை போக்குவதற்கான வழிமுறைகள் இருக்கின்றன
4. துக்கம் நீக்கம் பெறுகிறது

ஐந்தொழுக்க கோட்பாடுகள்

1. உயிர் கொல்லாமை
2. திருடாமை
3. தவறான மோகம் கொல்லாமை
4. மனதை மயக்கும் போதை பொருட்களை உட்கொள்ளாமை
5. பொய் சொல்லாமை

எண்வழி மார்க்கம்:

1. நன்னெறி:

    1. நல்லுணர்வு (RIGHT VIEW)

    2. நல் நினைவு (RIGHT INTENTION)

2. நல்லொழுக்கம்:

    3. நற் பேச்சு (RIGHT SPEECH)

    4. நற் செயல் (RIGHT ACTION)

    5. நல் வாழ்வு (RIGHT LIVELIHOOD)

3. நற் கருணை:

    6. நல் முயற்சி (RIGHT EFFORT)

    7. நல் மனம் (RIGHT MINDFULNESS)

    8. நல் அமைதி (RIGHT CONCENTRATION)

இவற்றில் புத்தநெறிப் பொருளாதாரம் என்னும் கருத்தாக்கம், எண்வழி மார்கத்தின்படி நல்வாழ்க்கையைப் பின்பற்றி அமைகின்றது.

நல் வாழ்க்கை என்பது,

எவருக்கும் துன்பமோ, தொல்லையோ,தராத தொழில்களில் ஈடுபட்டுப் பொருள் ஈட்டுதலே நல் வாழ்க்கையாகும். நல்வாழ்க்கை என்பது பிறருக்குத் துன்பம் தராத வகையில் தொழில்களை மேற்கொள்ள வேண்டும். பிறருக்குத் துன்பம் தராத தொழில்களில் எனில், அதற்கு கீழ்கண்ட தொழில்கள் கைவிடப்பட வேண்டும்.

- **அடிமை வணிகம்**

  (அடிமைகளை வாங்குதல், வைத்திருத்தல், கொத்தடிமைகளை வைத்திருத்தல்)

- **இறைச்சி வணிகம்**

  உயிர்களை இறைச்சிக்காக வளர்த்துக் கொள்ளுதல், ஆடு, மாடு, கோழி, வாத்து, பன்றி, போன்ற உயிரினங்களை வளர்த்து இறைச்சி வியாபாரிகளிடம் விற்பது அல்லது வளர்ப்பவர்களே கொன்று விற்பனை செய்வது- போன்ற செயல்களை செய்யக்கூடாது என பகவான் புத்தர் விவரிக்கின்றார்.

- **ஆயுத வணிகம்**

  கத்தி கோடாரி, போன்ற உயிர்களைக் கொல்லும் ஆயுதம் மற்றும் துப்பாக்கி, பீரங்கி, போன்ற போர்களில் மக்களைக் கொல்லும் ஆயுதம் என அனைத்து ஆயுத விற்பனை மற்றும் வியாபாரம் ஆகியவைகள் நல்வாழ்க்கை இல்லை என்கின்றார் பகவான் புத்தர்.

- **போதை பொருள் வணிகம்**

  மனிதர்களை மயக்கும் போதைப் பொருள்களான, பீடி, சிகரெட், சுருட்டு, கஞ்சா, அபின், போன்ற போதைப் பொருட்கள் வணிகத்தை தவிர்க்க வேண்டும் என்கின்றார், இவற்றில் இன்றைய நிலையில் பான்பராக், குட்கா, ஆகியவற்றையும் போதைப் பொருள்களின் பட்டியலில் சேர்த்துக் கொள்ள வேண்டும். இதன் வணிகத்தையும் தவிர்க்க வேண்டும் என்கின்றார் பகவான் புத்தர்.

● **விஷப் பொருள் வணிகம் – ஆகிய வணிகங்களைத் தவிர்த்தல் வேண்டும்.**

விஷப் பொருட்கள் என்ற வரையறைக்குள் உயிர்களைக் கொல்லும் எல்லாப் பொருட்களையும் இணைத்துக் கொள்ள வேண்டும். கூடுதலாக விவசாயத்தில் பூச்சி களைக் கொல்லும் பூச்சிக் கொல்லிகளையும் கூட விஷப்பொருட்களின் பட்டியலில் இணைத்துக் கொள்ள வேண்டும். ஏனென்றால் இந்த உலகில் பூச்சிகளைக் கொண்ட உயிர்சங்கிலியால் நாம் பிணைக்கப்பட்டிருக்கின்றோம். எனவே பூச்சிகளைக் கொல்லுவதும் மனித உயிர்களுக்கு ஆபத்தை உருவாக்கும் செயல். இது மனிதர்கள் மற்றும் உயிரினங்கள், விலங்குகள், பூச்சிகள் ஆகியவற்றின் நல்வாழ்க்கையை பாதிக்கும் செயல் எனவே இவற்றையும் தவிர்க்க வேண்டும் என்கின்றார் பகவான் புத்தர்.

கீழ்கண்ட தொழில்களில் ஈடுபட்டு உழைத்தலே நல் வாழ்க்கை ஆகும். நல்வாழ்க்கை முறைக்கு கீழுள்ள தொழில்களை வளர்க்கவேண்டும்.

● **உழவுத்தொழில்**

உழவுத் தொழில் என்பதை இன்றைய நிலையிலும் தொழிலாக எடுத்துக் கொள்லாமல் குமரிமுதல் இமயம் வரையிலும் வாழ்க்கை நெறியாகவே எடுத்துக்கொள்ள வேண்டும். அதிலும் உயிரினங்களைக் கொல்லாத, புழுப் பூச்சிக்களைக் கொல்லாத, பூச்சிக் கொல்லிகள் இல்லாத வேதி உரங்கள் இல்லாத இயற்கை விவசாயத்தையே நமது வாழ்க்கை முறையாகவே எடுத்துக் கொள்ளவேண்டும். இதுவே புத்தநெறி போதிக்கும் உழவுத்தொழிலாகும்.

● **கால்நடை வளர்ப்பு** *(பால் தயிர் வெண்ணெய் உற்பத்திக்காக)*

புத்தரும், புத்தநெறியும் போதிக்கும் கால்நடை வளர்ப்பு என்பது, இன்றைய நிலையில் நாட்டுப் பசுக்கள் மற்றும் செயற்கை முறையில் இல்லாமல் இயற்கை முறையில் காளையும், பசுவும் புணர்ந்து பிறக்கும் கன்றுகளைப் பராமரித்து வளர்த்தலையே குறிக்கின்றது. செயற்கை

முறையில் ஊசி போட்டு கருத்தங்கும் பசு உற்பத்தியை ஆதரிக்கவில்லை. அதைப்போலவே, ஆடுகள், பன்றிகள், கோழிகள், என எல்லா உயிரினங்களையும் இயற்கை முறையில் கருத்தரித்து பிறந்தவைகளைப் பராமரித்து அதன் வழி வரும் பலனை அனுபவித்தலே கால்நடை வளர்ப்பில் பகவான் புத்தர் கடைபிடிக்கச் சொன்னதாகும்.

- **வணிகம்**

வணிகம் அல்லது வர்த்தகம் (TRADE, COMMERCE) என்பது மனிதனது தேவைகளையும் விருப்பங்களையும் நிறைவேற்றும் ஒரு செயற்பாடு ஆகும். வணிகமானது பிரதானமான நான்கு வளர்ச்சி கட்டங்களின் கீழ் வளர்ச்சியுற்றது.

1. பண்டமாற்று முறை
2. பணமுறை
3. கைத்தொழில் முறை
4. தகவல் தொழில்நுட்ப முறை

- **ஆலைத் தொழில்**

ஆலைத்தொழில் என்பது இன்றைய நிலையில் தொழிற் சாலைகளைக் குறிக்கும், தொழிற்சாலைகளில் வேலை செய்வது நல் வாழ்க்கை முறை என்கின்றார் பகவான் புத்தர்.

- **அரசுப் பணிகள்**

அரசுப் பணிகள் என்பது ஒன்றிய அரசுப் பணிகள், மாநில அரசுப் பணிகள், பன்னாட்டுத் தொழில் நிறுவனங்களின் பணிகள், தனியார் நிறுவனப் பணிகள் ஆகியவைகள் அடங்கியதாகும். சுருக்கமாகச் சொல்வதெனில் மாதச் சம்பளம் பெறுகின்ற அனைத்துப் பணிகளையும் இந்த வகைப்பாட்டில் சேர்த்துக் கொள்ளலாம்.

- **மத்தியமப் பாதை**

புத்தநெறிப் பொருளாதாரம் என்பது புத்தநெறியில்

மென்பாதை என்று வழங்கப்படும் மத்திமப் பாதையைக் குறிப்பதாகும். தன்னை வருத்திக் கொள்ளாலாமல் வாழ்தல் என்ற பொருளின் படி வாழ்ந்து பொருளீட்டுவதே, புத்தநெறிப் பொருளாதாரம் ஆகும்.

- **பெருஞ்செல்வக் குவிப்பு**

புத்தநெறிப் பொருளாதாரம் தனிநபர்களின் பெருஞ் செல்வக் குவிப்பை அனுமதிக்கின்றது. தனிநபர்கள் தனது உடல்நலத்தைக் கெடுத்துக் கொள்ளாத வகையிலும், உறவுகள் சிதையாமலும், செல்வம் சேகரிப்பதை புத்தநெறி அனுமதிக்கின்றது. செல்வ சேமிப்பு என்பது, ஐந்து ஒழுக்க கோட்பாடுகளின்படி வாழ்தலையும், செல்வம் சேக ரித்தலையும் புத்தநெறி அனுமதியளிக்கின்றது.

பகவான் புத்தரின் போதனைகளில் புத்தநெறிப் பொருளா தாரத்தைக் குறித்து பேசியுள்ள சூக்தங்கள்:

1. சிகால வாத சுக்தா
2. சங்கித்த சுக்தா
3. வியாகபஜ்ஜா சுக்தா
4. ஆதித்யா சுக்தா
5. கொசம்பிய சுக்தா
6. அளவக்க சுக்தா
7. சப்பாசவ சுக்தா
8. மங்கள சுக்தா
9. சக்கவக்க சிகந்த சுக்தா
10. மகா நிதான சுக்தா
11. கலக விதான சுக்தா
12. திவிசக்க சுக்தா
13. குதன்ட சுக்தா

புத்தநெறிப் பொருளாதாரத்தின் வகைகள்

A. குடும்பத்தினர்க்கானப் பொருளாதாரக் கோட்பாடுகள்

B. சமூகத்திற்கானப் பொருளாதாரக் கோட்பாடுகள்

C. தேசத்திற்கானப் பொருளாதாரக் கோட்பாடுகள்

D. பன்னாட்டு நிறுவனங்களுக்கான பொருளாதாரக் கோட்பாடுகள்

புத்தநெறிப் பொருளாதாரத்தின் வேறுப் பெயர்கள்

- சுற்றுச்சூழல் பொருளாதாரம் – ENVIRONMENT ECONOMY
- நீடித்த பொருளாதாரம் – SUSTAINABLE ECONOMY
- காந்தியப் பொருளாதாரம் – GANDHIAN ECONOMY
- பசுமைப் பொருளாதாரம் – GREEN ECONOMY
- இயற்கை பொருளாதாரம் – NATURAL ECONOMY
- கிராமப் பொருளாதாரம் – RURAL ECONOMY
- சுதேசிப் பொருளாதாரம் – SUDESI ECONOMY
- வளங்குன்றாப் பொருளாதாரம் RESOURCE ECONOMY

புத்தநெறிப் பொருளாதாரம் என்பது புவி மேற்பரப்பு வளங்களை ஆதாரமாகக் கொண்டது

புவியின் மேற்பரப்பு வளங்களான, சூரியன். நிலம், நீர், காற்று, ஆகிய வளங்களை அடிப்படையாகக் கொண்டது. இவைகளிலிருந்து உற்பத்திச் செய்யப்படும் தொழில் பொருட்களை அடிப்படையாகக் கொண்டது.

- நீர், காற்று, சூரிய ஒளி, தாவரங்கள், பழங்கள், மூலிகைகள், விவசாயம்
- மறு உற்பத்திச் சார்ந்த பொருளாதாரம் – விவசாயம் கழிவுகள் மறு சுழற்சி முறையில் பயன்படுத்தப்படும்.
- கழிவுகள் மறு சுழற்சி முறையில் முதலீடாகும்
- மறு உற்பத்திச் சார்ந்த பொருளாதாரம்

உலகில் புத்தநெறிப் பொருளாதாரத்தைக் குறித்துப் பேசிய வர்களும், எழுதியவர்களும் பலரும் இருந்தாலும். இன்று வரையிலும் பலரும் ஒப்புக்கொள்கின்ற ஒரு நபராக ஜெர்மனி நாட்டைச் சேர்ந்த எர்ன்ஸ்ட் ஃப்ரீட்ரிக் “ஃபிரிட்ஸ்” ஷூமேக்கர்

(ERNST FRIEDRICH "FRITZ" SCHUMACHER) உள்ளார். இவர் புகழ்பெற்ற பொருளாதார நிபுணர் ஆவார். 1970 களில் இவர் கிழக்காசிய நாடுகளில் சுற்றுப் பயணம் மேற்கொண்டபோது, மியான்மர் மக்களின் விவசாயம், வாழ்க்கை நெறி, முதலிய வற்றை கண்டு அதனில் வியந்து, "சிறியதே அழகு" என்ற புத்தகத்தை வெளியிடுகின்றார். அந்தப் புத்தகத்தின் நான்காவது அத்தியாயம் புத்தநெறிப் பொருளாதாரம் என்பதாகும். சிறியதே அழகு என்னும் புத்தகத்திலிருந்தே புத்தநெறிப் பொருளாதாரம் என்னும் கோட்பாடு உருவாக்கப்பெற்றது. என்றே வரலாற்றில் பதிவுப் பெற்றுள்ளது. இருந்தும் அவருக்கு முன்பிருந்து புத்தநெறிப் பேசியவர்களையும் குறிப்பிட வேண்டியத் தேவையுள்ளது. அவர்களையெல்லாம் நான் இந்தப் புத்தகத்தின் முகப்பிலேயே இந்த புத்தகத்தை சமர்ப்பித்திருக்கின்றேன்.

புத்தரின் சிகாலாவாத சூக்தம் – குடும்பத்தினர்களுக்கான அறவுரை மற்றும் அறிவுரையை போதிக்கின்ற சூக்தமாகும். இதில் குடும்பத்தினர்களான

- தந்தை
- தாய்
- கணவன்
- மனைவி
- மகன் அல்லது மகன்கள்
- மகள் அல்லது மகள்கள் ஆகியோர்கள் செய்ய வேண்டிய பணிகள், பின்பற்ற வேண்டிய நியதிகள் பின்பற்றக் கூடாத நியதிகள் மற்றும் செய்யக்கூடாத பணிகளைப் பட்டியலிட்டிருப்பார்.
- இவற்றுடன் கூடவே செல்வம் சேர்க்கும் வழிமுறைகள், செல்வம் செலவழியும் வழிமுறைகளையும் விளக்கி யிருப்பார் இது இந்த சூக்தத்தின் மிகச் சிறப்பாகும்.

குடும்பத்தினர்கள் செல்வம் சேர்க்கும் வழிமுறைகளாக பகவான் புத்தர் சிகாலவாத சூக்தத்தில் குறிப்பிடுவது " தேனி மலரிலிருந்து தேனை சேகரிப்பதைப் போன்று ஒரு குடும்பஸ்த்தன் செல்வம் சேகரிக்கவேண்டும் என்கின்றார். அதாவது ஒரு

குடும்பஸ்த்தன் தனது கடமையான, பெற்றோரை கவனித்தல், மனைவியை கவனித்தல், பிள்ளைகளைப் பராமரித்தல், மற்றும் தன்னை கவனித்துக் கொள்ளுதல், மருத்துவச் செலவுகள், நடைமுறைச் செலவுகள் இவற்றை தவறாமல் செய்யும் அதே நேரத்தில் தன் உடல் நலத்தையும் கவனித்துக் கொள்ள வேண்டும். அதை தவற விடக்கூடாது என்கின்றார்.

ஒரு குடும்பஸ்த்தன் தனது வருமானத்தில் நான்கில் ஒரு பங்கை சேமிக்க வேண்டும் என்கின்றார். இரண்டு பாகத்தை தனது தொழிலில் ஈடுபடுத்த வேண்டும் என்கின்றார். ஒரு பாகத்தை அவசர செலவுகளுக்காகவும், சேமிக்கவும் பயன்படுத்த வேண் டும் என்கின்றார். சம்பாதியத்தில் சிறு பகுதியை தானமளிக்கவும் பயன்படுத்த வேண்டும் என்கின்றார். சிகாலவாத சூக்தத்தில்.

மேலும் செல்வம் செலவழியும் வழிகலாக,

- **கேளிக்கைகள்**
  - திரைப்படங்கள்
  - திரையரங்கில் பார்ப்பது
  - ஓடிடி தளத்தில் பார்ப்பது
  - தொலைக்காட்சி நிகழ்ச்சிகள்
  - கேபிள் டிவி
  - தனியார் டிவி
  - நாடகம்.
  - இசைக்கச்சேரி
  - விளையாட்டு நிகழ்ச்சிகள்
  - பாட்டுக் கச்சேரி
  - கைபேசியில் கவனம் செலுத்திவது – ரீசார்ஜ் செய்வது, புதிது புதிதாக போன் வாங்குவது, ஆகியவைகள் பணத்தை விரையமாக்கும் வழிகள்.
  - மது அருந்துவது மற்றும் குடிநோயாளிகள், குடியால் வரும் கேடுகள்

போன்றவற்றைப் பட்டியலிடுகின்றார், இவற்றால் எவ்வாறு

உடல் நலம் கெடுகின்றது, பணம் விரையமாகின்றது, சமூக மதிப் பிழப்பு ஏற்படுகின்றது என்பதையெல்லாம் விளக்குகின்றார்.

இதையெல்லாம் தவிர்த்து பணத்தை எவ்வாறு முதலீடாக்குவது என்பதையும், நமக்கு நல்வாழ்க்கை நெறியை போதிப்பதன் வழியாக விளக்குகின்றார்.

புத்தநெறி தனிநபர் அல்லது குடும்பம் செல்வக் குவிப்பு நிகழ்த்துவதை அனுமதிக்கின்றது, அவ்வாறு குவிக்கப்பட்ட செல்வம், யாருக்கும் துன்பமளிக்காமலும், யாரையும் கொடு மைபடுத்தாமலும், நியாயமான வழி முறைகளினாலும் செல் வத்தைக் குவிக்க அனுமதிக்கின்றது. இந்த வழிமுறைகளின் படி செல்வத்தைக் குவிக்க குடும்பத்தினர்களுக்கு அறிவுரை அளிக்கின்றார் பகவான் புத்தர். இதை தமது எண்வழி மார்கத்தில் நல்லொழுக்கம் என்று குறிப்பிடுகின்றார்.

நல்லொழுக்கம் என்பது, நியாயமான வழிமுறையில், யாருக்கும் துன்பம் அளிக்காமலும், யாரையும் கொடுமைப் படுத்தாமலும், நீதி நெறிகளின்படி வாழ்தல் ஆகும். இதைத்தான் செல்வம் சேகரிப்பிலும் பகவான் புத்தர் வலியுறுத்துகின்றார். நீதி நெறிகளின் படி சேகரிக்கப்பட்ட செல்வமே உயர்வானது என்றும், நீதி நெறிகள் தவறியவாறு சேகரிக்கப்பட்ட செல்வம் அவ்வாறு சேகரித்தவர்களுக்குத் துன்பத்தை தரும் என்கின்றார்.

புத்தநெறிப் பொருளாதாரம் என்பது ஒரு பெரும் விளக்கமளிக்க வேண்டியப் பொருள். சிகாலவாத சூக்தம் குடும்பத்தினருக்கான பொருளாதாரத்தைப் பேசிய சூக்தம் என்பதாலும், குடும்பத்தினர்க்கு சொல்லிய பொருளாதார அறிவுரைகளோடு நான் நிறுத்திக் கொள்கின்றேன்.

குடும்பத்தினர்கான பொருளாதாரம் என்பது குடும்பத்தினர்கள் எந்த வகையில் செலவழிக்க வேண்டும், எந்த வகையில் சேமிக்க வேண்டும் என்பதை போதிக்கின்ற சூக்தமாகும்.

அவ்வையார், கொன்றைவேந்தனில் புத்தர் குடும்பத்தினர்க்கு கூறிய அறிவுரையான சிகாலவாத சூக்தத்தை அளித்திருக்கின்றார் என்றும், சிகாலவாத சூக்தம் குடும்பத்தினர் பின்பற்ற வேண்டிய புத்தநெறிப் பொருளாதாரத்தை பேசுகின்றது. ●

பின்னிணைப்பு

அயோத்திதாசரின்
கொன்றைவேந்தன் விளக்கம்

ஞானத்தாய் ஔவையார் அருளிய இரண்டாம் வாசகம்

க. அயோத்திதாஸபண்டிதர் (உரை)

குன்றைவேந்தன்

காப்பு

"குன்றை வேந்தன் செல்வனடியினை
யேன்று மேற்றித் தொழுவோமியாமே."

குன்றைவேந்தன் மலைக்குன்றில் வாழரசனென்றும், செல்வன் – அழியாசம்பத்தனென்றும் வழங்கப்பெற்ற புத்தபிரானின், அடியினை – செந்தாமரைப்பாதங்களை, என்றும் – எக்காலமும், ஏற்றி – போற்றி, தொழுவோம் – வணங்குவோம், யாம் – யாங்கள் என்றாவாறு.

அரசன் மரத்தடியில் உட்கார்ந்திருந்தது கொண்டு அரசன் மரம், அரசமரமெனக்காரணப் பெயரைப் பெற்றதுபோல், விம்பாசாரவரசன் ஆளுகைக்குட்பட்ட ஓர் குன்றின் மீது சித்தார்த்தியாம் அரசன் வீற்றிருந்து சத்தியதன்மமாம் தசபாரமென்னும் தசசீவங்களைப் பதிலித்து விம்பாசாரனால் பலவகை தன்மங்களையும் செய்வித்து வந்த பீடமாகுங்குன்றையே ஆதாரமாகக்கொண்டு, குன்றைவேந்தனென்றும், வரையாது கொடுக்கும் ஈகையை ஆதாரமாகக்கொண்டு செல்வனென்றும்,

வழங்கிவந்தப் பெயர்களையே ஞானத்தாய் தானியற்றியுள்ள இரண்டாம் வாசகக்காப்பிற் கூறியுள்ளாள்.

பின்கலைநிகண்டு

"சிறத்திடுங் குன்றைவேந்தன் குணபத்திரன் சீலநூலை
யறஞ்செயா வாறேகற்றவதிமயக்கத்தினாலே
குறைந்திடுந் தமது மேற்கொள்கொளியமற்றதுகரந்தே
யுறிந்தது மறியாதாரையேற்றலு மிழிமடந்தான்."

சூளாமணி

"மிக்கெரி சுடர்முடி சூடிவேந்தர்க
டொத்தவரடிதொழத் தோன்றுந்தோன்றலா
யக்கிரிபெருஞ்சிறப் பெய்தியாயிடை
சக்கரப்பெருஞ்செல்வன் சாலைசார்ந்ததே."

சீவகசிந்தாமணி

"சினவுணர் கடந்த செல்வன் செம்மல ரகலநாளை"

1. அன்னையும் பிதாவும் முன்னறி தெய்வம்

அன்னையும் – தாயாரும், பிதாவும் – தகப்பனாரும், முன் – ஆதியாகவும் முன்னிலையாகவும், அறி – காணக்கூடிய, தெய்வம் – கடவுளர்களென்பதாம்.

அதாவது குழவியாகத் தோன்றியக்கால் அமுதூட்டி சீராட்டியவளும், அன்னமூட்டி பாராட்டியவளுமாகிய தாயாரும், சேயையுந் தாயையும் ஆதரித்து வந்த தந்தையும், காப்பு, இரட்சையிரண்டிலும் முதற்கடவுளாகத் தோன்றியுள்ளபடியால் அவர்களையே கண்ணிற்கண்ட முதற்தெய்வமென்று கூறியுள்ளாள்.

2. ஆலயந்தொழுவதுசாலவுநன்று

ஆலயம் – முதல்தெய்வமாகக் காணுந் தந்தை தாயாரை மனோவமைதிபெற, தொழுவது – வணங்குவது, சாலவும் – எக்காலும், நன்று – சுகமென்பதாம்.

அதாவது தந்தை தாயாரை தெய்வமாகக் கொண்டவன் அவர்கள் காப்பையும், இரட்சையும், நன்றியறிந்து அவர்க் கன்பான ஆதரணை இதயத்து ஊன்றி வணங்கியும் அவர்களை அன்புடன் போஷித்தும், வருவானாயின் அச்செயலைக் கண்ணுற்றுவரும் இவனது மைந்தனும் அன்னைத் தந்தையரை தெய்வமெனக் கொண்டு, ஆலயந்தொழுதுவருவான். அங்ஙனமின்றி அன்னையையும் பிதாவையும் அன்புடன் போஷித்தும் ஆலயம்பெறத் தொழுவதைவிடுத்து, கல்லையுஞ் செம்பையுந் தொழவேண்டுமென்பது கருத்தன்றாம்.

பட்டினத்தார்

"சொல்லினுஞ் சொல்லின்முடிவிலும் வேதச் சுருதியிலும்
ஆல்லினு மாசற்ற வாகாயந்தன்னிலு மாய்ந்துவிட்டோர்
இல்லினும் அன்பரிடத்திலு மீசன் இருப்பதல்லால்
கல்லினுஞ் செம்பிருமோயிருப்பானென் கண்ணுதலே".

கடவுளந்தாதி

"வீண்பருக் கெத்தனைச்சொன்னாலும் பொய்யது
மெய்யென்றெண்ணார்
மாண்பருக்குப் பொருளாவதுண்டோ மதுவுண்டு வெறி
காண்பரைக் கும்பிட்டு கல்லையுஞ் செம்பையுங் கைதொழுது
பூண்பவர் பாதக பூதலத்தொல்லை பிடித்தவரே".

என்று மகாஞானிகள் கூறியுள்ளவற்றை நாம் பின்பற்ற வேண்டியதன்றி, அஞ்ஞானிகளின் கருத்தை பின்பற்றலாகா தென்பது கருத்து,

பாலிபாஷையில் ஆலயமென்றும், ஆவிலயமென்றும், மனோ லயமென்றும் வழங்கும் வாக்கியங்கள் மூன்றும் ஒருபொருளைத் தரும்.

ஔவைக் குறள்

"வாயுவழக்க மறிந்து செறிந்தடைங்கில்
ஆயுட்பெருக்கமுண்டாம்

வாயுவினாலய வுடம்பின் பயனே
ஆயுவினெல்லையது.

3. இல்லறமல்லது நல்லறமன்று

இல்லறம் – மனையாளுடன் கூடி வாழும் வாழ்க்கையில் மனமொத்து வாழ்தலே, நல்லறமெனப்படும், அல்லது – அவ்வகையல்லாதது, நல்லறமன்று – நல்லற மென்பதற்று பொல்லறமென்று கூறுதற்கேதுவுண்டாம்.

இல்வாழ்க்கையில் மனையாளனும் மனையாட்டியும் மனமொத்து வாழ்தலே இல்லறமென்னும் நல்லறமாவதுடன் இகவாழ்க்கையிலும், சுகவாழ்க்கை பெறுவார்களென்பது கருத்து.

மனமொத்துவாழும் இல்லாளின் வாழ்க்கைப்பெற்றவன் துறந்த பெரியோர்களுக்குந், துறவாசிரியோர்களுக்கும், மறந்திரந்த மக்களுக்கும் உதவிபுரியும் உத்தமனாதலின் இல்லறத்தில் நல்லறத்தோனைமிக்க மதித்துக்கூறியுள்ளாள்.

திரிக்குறள்

"இல்வாழ்வா னென்பா னியல்புடைய மூவர்க்கு
நல்லாற்றி னின்ற துணை."

ஆறநெறிச்சாரம்

"மடப்பதூஉமக்கட் பெறுவதூஉம் பெண்பான்
முடிப்பதூஉமெல்லாருஞ்செய்வர் படைத்ததனால்
இட்டுண்டில்வாழ்க்கை புரிந்துதா னல்லறத்தே
நிற்பரேல் பெண்டீ ரென்பார்."

நாயனாதிகாரர்காப்பியம்

"தலைவனுந் தலைவி யென்பார் தங்களிற் பக்கமன்பு
நிலைமன மொருமெயோடு நீணிலந்தன்னில் வாழ்தல்
பலனவனென்னில் வானிற் பரமனு மருள்போரின்ப
நலனுநீ டுழிகாலம் நன்கொடு வாழ்குவாரே".

4. ஈயார்தேட்டைத் தீயார்கொள்வர்.

ஈயார் – மற்றவர்க்குக்கொடா லோபியரின், தேட்டை – சுகப்பொருளை, தீயோர் – வஞ்சகர், கள்ளர், பொய்யர்களாகியக் கொரூரச்சிந்தையையுடையவர்கள், கொள்வர் – அபகரித்துக் கொள்ளுவார்கள் என்பதாம்.

நாலடிநானூறு

"உடா அதமுண்ணாதுந்த முடம்புசெற்றுங்
கெடா அத நல்லறமுஞ்செய்யார் – கெடாஅது
வைத்தீட்டி னாரிழப்பர் வான்றோய் மலைநாட
வுய்த்தீட்டுந் தேனீக்கரி".

5. உண்டிசுருங்குதல் பெண்டிற்கழகு

உண்டி – உண்ணும்புசிப்பை, சுருங்குதல் – மிதாகாரத்தில் நிறுத்தல், பெண்டிர்க்கு – பெண்களுக்கு, அழகு – சிறப்பாகும்.

அதாவது, பெண்கள் தங்களது புசிப்பை அதிகமுமல்லாது கொஞ்சமுமல்லாது புசிப்பார்களாயின் தன் கணவனையும் பந்துக்களையும் வரும் விருந்தினரையும் அன்புடன் போஷிப் பார்கள். அங்ஙனமின்றி பெருந்திண்டியை விரும்புவரேல் தன்கணவரையும், பந்துக்களையும், விருந்தினையும் ஓம்பார் களென்பது. திண்ணமாதலின் உண்டிற் சுருக்கி வாழ்தலே இல்வாழும் பெண்களுக்கினியதென்று கூறியுள்ளாள்.

நீதிநெறிவிளக்கம்

"கற்பின் மகளிர் நலம்விற் றுணவுகொளா
பொற்றெடி நல்லார் நனிநல்லர் – மற்றுத்தங்
கேள்வர்க்கு மேதிலர்க்குந் தங்கட்குதந் தங்கிளைஞர்
யாவர்க்குங் கேடு சூழார்".

6. ஊருடன் பகைக்கின் வேருடன் கெடும்

ஊருடன் – ஓர் கிராமத்துட் சேர்ந்து வாழும் எல்லோருடனும்,

பகைக்கின் – விரோதித்துகொள்ளில், வேருடன் – தனது புத்திர மித்திர சந்ததியோர்களுடன், கெடும் – சீரழிவார்களென்பதாம்.

ஆதலால் ஒருவருக்கொருவர் உபகாரிகளாக விளங்கவேண்டு மென்றும், ஒருவருக்கொருவர் ஆதரவாக இருக்கவேண்டு மென்றும், எண்ணம் உடையவர்களாய் ஓரிடஞ் சேர்ந்து வாழ்தற்கு ஆரம்பித்தவர்கள் வாழ்க்கை எண்ணத்தை விடுத்து விரோத சிந்தையைப் பெருக்கிக்கொள்வதாயின், அக்குடி வாழ்க்கையில் தான்கெடுவதுமன்றி தனது குடும்பசம்பந்தமுள்ள யாவருங் கெடுவார்களென்றுணர்ந்த ஞானத்தாய் ஊராரெல்லாருடனும் விரோதித்துக் கொள்ளாதீர்களென்று கூறியுள்ளாள்.

7. எண்ணு மெழுத்துங் கண்ணெனத்தகும்

எண்ணும் – கணிதத்தில் (அ) எட்டென்னும் வரிவடிவும், எழுத்தும் – அட்சரத்தில் (அ) அகரமென்னும் வரிவடிவம் உண்மெய்ப் புறமெய்யென்னு மிரண்டையும்கூடியக் கண்ணென – அருட்கண்ணாம் ஞானவிழியென, தகும் – கூறுதலொக்குமென்பதாம்.

அதாவது (அ) அகரமா முதலெழுத்தின் சுழியே ஞானசாதகர்க்கு உள்விழி பார்வை நிலையாதலின் எண்ணுக்கு (அ) எட்டாகவும் எழுத்தில் அகரமாகவும் விளங்கும் வரி வடிவே ஞானக்கண்ணென்று விளக்கியுள்ளாள்.

திரிக்குறள்

**“ எண்ணென்ப வேனை யெழுத்தென்ப விவ்விரண்டுங்
கண்ணென்ப வாழு முயிர்க்கு”**

ஞானக்கும்மி

***“கட்டுபடாதந்த வச்சுமட்டம் – அதன்
காலே பன்னிரண்டாகையினால்
எட்டுக்கயிற்றினால் கட்டிக்கொண்டால் – அது
மட்டுபடுமடி ஞானப்பெண்ணே.”***

"தன்னோக்குந் தெய்வம் பிறிதில்லை தான்றன்னைப்
பின்னை மனமறப் பெற்றானேல் – என்னை
எழுத் தெண்ணே நோக்கியிரு மெயுங் கண்டாங்
கருட் கண்ணே நிற்பதறிவு."

8. ஏவாமக்கள் மூவாமருந்து

ஏவா – பெரியோரேனும், தாய்தந்தையரேனும் ஒன்றை நோக்கி யேவல், கூறுவதற்கு முன்பு மக்கள் – மநுக்களவற்றையுணர்ந்து செய்யுஞ் செயலானது, மூவா – என்றுங்கெடாது சுகந்தரும், மருந்து – அவுடதத்தையொக்கு மென்பதாம்.

எஜமானனாயினுந் தாய் தந்தையராயினும் இன்னதைக் கேட்கின்றார்கள் இனியதைத் தேடுகின்றார்களென்றுணர்ந்து அவ்வேலைப் புரிவோர் தேவாமிர்த்தத்திற் ஒப்பானவரென்பது கருத்து.

9. ஐயம்புகினுஞ் செய்வினைசெய்

ஐயம்புகினும் – பிச்சையேற்றுண்ணுங் காலம் வரினும் அச்சோம் பேரிச்செயலைக் கருதாது, செய்வினை – உனக்குத் தெரிந்த தொழிலைவிடாமுயற்சியுடன், செய் – செய்து சீவிக்கக்கடவாயென்பதாம்.

அதாவது காலயேதுக்களாலும் வியாதிகளினாலும் செய் தொழில் முயற்சி குன்றிபயந்து ஒருவரையிரந்து கேட்க நேரிடும். அவ்வகை இரந்துண்ணுந் தொழிலையே கடைபிடிப் பதாயின் பிச்சைக் கிடையாவிடத்து களவு, சூது, வஞ்சக முதலிய துற்கிருத்தியங்களுக்கு ஆளாக்கிவிடும்.ஆதலின் இரந்துண்ணும் காலம் வரினும் அவனவன் செய்தொழிலில் முயற்சி குன்றா திருந்து செய்யக்கூடிய வினையை செய்து சீவிக்கவேண்டு மென்பது கருத்து.

10. ஒருவனைப்பற்றி யோரகத்திரு.

ஒருவனை – தன்மெய்தானே, பற்றி – யுணரப்பிடித்து, ஒரகத்து – உள்ளத்தின்கண், இரு – நிலைத்திருமென்பதாம்.

தன் தொழிலால் தனக்கு போஷிப்பும், தன்னை உணர்ந்து ஒடுங்கலால் தனக்கு சுகமும் உண்டாவதன்றி.ஏனைய மக்களால் சுகங்காண்டல் அறிதாதலின் தன்னொருவனைப்பற்றி தன்னகத்து ஒடுங்கவேண்டுமென்பது கருத்தாம்.

அறநெறிச்சாரம்

"செய்வினையல்லாற் சிறந்தார் பிறதில்லை
பொய்வினைமற்றைப் பொருளெல்லா – மெய்வினவில்
தாயார் மனைவியார் தந்தையார் மக்களார்
நீயார் நினைவாழி நெஞ்சு"

"தானே தனக்குப் பகைவனு நட்டானும்
தானே தனக்கு மறுமெயு மிம்மெயும்
தானே தான் செய்தவினைப் பயன்றுய்த்தலால்
தானே தனக்குக் கரி."

ஒற்றுமெய் நயத்தால் ஒன்றெனத் தோன்றுமொருவன் தன்னைத்தான் உணர்ந்து மனத்தை வணக்கலென்னும் நன்மெய்க் கடைபிடித்து, ஒருவனைப் பற்றி உடலுயிரென்னும் ஒரகத்திருவென்று கூறியுள்ளாள்.

சூளாமணி

"அருந்தவ மமையும் பார மிரண்டையு மறிந்து தம்மெய்
வருந்தியு முயிரையோம்பி மனத்தினை வணக்கல்வேண்டும்
திருந்திய விரண்டுதத்தஞ் செய்கையிற்றிரியுமாயின்
பெருந்துயர் விளைக்குமன்றே பிறங்குதார்
நிறங்கொள்வேலோய்."

இவற்றை அநுசரித்தே சமணமுனிவர்கள் யாவரும் தாங்களியற்றியுள்ள இலக்கண நூற்கள் யாவிலும் தன்மெய், முன்னிலை, படர்க்கையென்றும், ஒருமெய், பன்மையென்றும், ஒருமெய்யென்னும் ஒருவனாய் தன்தேகத்தை சுட்டியும் பன்மெயான பலதுகத்தைச் சுட்டியும் தனக்குள்ள பஞ் சஸ்கந்தங்களை விளக்கி தன்னகத்தடங்கும் நிலையை ஊட்டியுள்ளார்கள்.

11. ஓதலினன்றே வேதியர்க்கொழுக்கம்.

வேதியர் – சமணமுனிவர்களின், ஒழுக்கம் – நற்கிருத்தியம் யாதெனில், ஓதல் – வேதவாக்கியங்களாம் நீதிமொழிகளை சகலருந் தெளிவுற போதித்தலே, நன்றாம் – சுகந்தருமென்பதாம்.

அதாவது புத்தபிரனால் ஓதியுள்ள சௌபபாபஸ்ஸ அகரணம், குஸலஸவுபஸம்பதா, ஸசித்த பரியோதபனம், பாபஞ்செய்யாதிருங்கோள் என்னும் கன்மபாகைகளையும், நன்மெய்க்கடைபிடியுங்கோள் என்னும் அர்த்தபாகைகளையும், இதயத்தை சுத்திசெய்யுங்கோள் என்னும் ஞானபாகைகளையும் அடக்கியுள்ள திரிபேத வாக்கியங்களை உணர்ந்தும் அதன்மேறை ஒழுகி சாதனைபுரியும் வேதியர்களாம் சமணமுனிவர்கள், தாங்கள் கண்டடைந்த திரிவேதவாக்கியங்களாம். நீதிமார்க்கங்களை சகலமக்களுக்கும் ஊட்டி அவ்வழியில் நடைபெறச்செய்வதே வேதியர்களாம் சமணமுனிவர்களின் ஒழுக்கமாகும்.

ஆதியில் மூன்று நீதிமார்க்கங்களை திரிபேதமாக சுருதியாய் போதித்தவரும், மாதம் மும்மாரி பெய்யும் ஒழுக்கங்களையூட்டி சருவசீவர்களுக்குஞ் சுகத்தையளித்தவரும் புத்தபிரானேயாகும்.

சீவகசிந்தாமணி

ஆதிவேதம் பயந்தோய் நீ, யலர்பெய் மாரியமர்ந்தோய் நீ
நீதி நெறியை யுணரந்தோய் நீ, நகிரில் காட்சிக் கிறையோய் நீ,
நாத னெனனப்படுவோய் நீ, நவைசெய் பிறவிக் கடலகத்துன்
பாதகமலந் தொழவெங்கள் பசையாப்பவிழ பணிவாயே

சூளாமணி

ஆதியங்கடவுளை யரு மறை பயந்தனை
போதியங்கிழவனை பூமிசை யொதிங்கினை
போதியங்கிழவனை பூமிசை யொதிங்கிய
சேதியென்செல்வநின் திருவடிவணங்கினம்

நெஞ்சறிவிளக்கம்

"அறியதோ ரரசன் மைந்தன் அவனியிற் பிறந்து முன்னாள்

பெரியபே ரின்பஞானம் பெறுவதே பெரிதென்றெண்ணி
உரிய வேதாந்த வுண்மெய்யுரைக்கு மாசானுமான
தெரிவுறு நாகைநாதர் சீர்பதம் போற்று நெஞ்சே."

அறநெறிச்சாரம்

குற்றங்குறைத்து குறைவின்றி மூவுலகில்
நற்ற மறைத் தாங்க ருள்பரப்பு – முற்ற
உணர்ந்தானைப் பாடாத நாவல்லவல்ல
சிறந்தோன்றாள் சாராத்தலை

அறவழியான் போதித்துள்ள அருமறையாம் வேதவாக்கியங்களை ஓதுவோர் பால்போன்ற ஒழுக்கத்தால் சாந்தம் பெருகியும் ஈகைசிறந்தும், அன்பு நிறைந்து முள்ளவர்களாதலின் தாங்களடைந்த சுகத்தை ஏனையோரும் அடைய வேண்டுமென்னும் நன்னோக்கத்தால் வேத வாக்கியங்களை வாசித்தடங்கிய வேதியர்களாம் சமண முனிவர்கள் ஏனையோருக்குவோதுபவற்றையே ஒழுக்க மென்னப்படும்.

அறநெறித்தீபம்

ஐயெனத்தான் பெருகுவதும் அறிவினால் விளங்குவதும்
உய்தவங் கேட்டுணர்வதுவும் உணர்ந்தவற்றைப் பிறருளத்திற்
செய்தவர் நன்றாக்குதலும் சிறந்தார்சொற்றேருதலும்
மெய்யன்பை யுள்ளத்தில் மேவியவன் பயனாகும்.

அஞ்ஞான இருளையகற்றி மெய்ஞ்ஞான விளக்கைத் தூண்டிக் கொண்டிருப்பதே வேதவாக்கியங்களாம் நீதி வாக்கியங்களை உணர்ந்த வேதியர்களின் ஒழுக்கமாதலின் ஞானத்தாய் ஓதல் நன்றே வேதியர் ஒழுக்கமென்று கூறியுள்ளாள்

அறநெறச்சாரம்

இருளேயுலகத்தியற்கை இருளகற்றுங்
கைவிளக்கேற்ற வறிவுடையமெய – கைவிளக்கு
நெய்யேதன்னெஞ்சத் தருளுடைமெய் நெய்ய பயந்த
பால்போலொழுக்கத்தவரேபுரிவில்லாமேலுலகமெய்துபவர்.

யாப்பெருங்கலைக்காரிகை

ஆர்கலியுலகத்து மக்கள்கெல்லாம்
ஓதலிநன்றே வொழுக்கமுடை மெய்

ஓதுதலிலும், உணர்தலிலும், அரும்பொருளுரைத்தலிலும், வல்லமெயுற்று அவ்வழியில் தானடங்கி நடவானாயின் வேதமோதும் நீதிமார்க்கக் குடியிற் பிறந்தும் அநீதிமார்க்கமாம் அஞ்ஞானக்குடியிற் பிறந்தவனென்று கூறப்படும்

அதாவது நல்லொழுக்கமென்னும் தன்னைப் போல் பிறரை நேசித்தல் தன்னுயிரைப்போல் மன்னுயிரைக் காத்தல், பொய்யகற்றி மெய்பேசுதல், பொய்ப்பொருளாசையை அகற்றி மெய்பேசுதல், தன்னுயிரைப்போல் மன்னுயிரைக் காத்தல், பொய்யகற்றி மெய்பேசுதல், பொய்ப்பொருளாசையை அகற்றி மெய்ப்பொருளாசையைப் பெருக்கல், உலகத்தைப் பார்க்குஞ்ச சிந்தையை அகற்றி தன்னைப்பார்த்தல் ஆகிய மேன்மக்கள் குடியிற்பிறந்தும், களவு, சூது, வஞ்சினம், பொருளாசையாம் சுயப்பிரயோசனங் கருதி நீதிநெறி ஒழுக்கங்களை வழுவுவனேல் தீயகுடியிற் பிறந்த கீழ்மகனென்றே சொல்ல நேரிடும்.

திரிக்குறள்

ஓதியுணர்ந்தும் பிறர்க்குரைத்துந் தானடங்காப்
பேதையிற் போரதையாரில்
மறப்பினும் மோத்துக்கொளலாகும் பார்ப்பான்
பிறப்பொழுக்கங் குன்றக்கெடும்

நீதியொழுக்கமாம் தன்னைப்பார்க்கும் பார்ப்பாரக் குடியில் பிறந்தும், தன்னை பாராமலும், தன்மெய் உணராமலும், அநீதியாம் தீயவொழுக்கங்களைப் பின்பற்றுவானாயின் அவன் நல்லாழுக்க நற்குடியிற்பிறந்தும் அவன் தன்மெய்யைப் பார்க்காது மறந்த தீயச்செயலால் தன் மெய்யறியா தம்மெய்ப் பார்க்கா தீயப் பிறப்பாங் குடியிற் பிறந்தவனென்றே கூறலாகும். ஆதலின் சமணருள் வேதவாக்கியங்களாம் நீதி வாக்கியங்களை உணர்ந்த ஒவ்வோர் வேதியனும் அவ்வொழுக்கத்தினின்று ஓதுதலே நன்றென்பது கருத்தாம்.

திரிக்குறள்

ஓ ஓதல் வேண்டு மொழி மாழ்குந் செய்வினை
யா அது மென்னு மவர்

பாரதம்

நீதியம் நெறியும் வாய்மையு முலகில் நிறுத்தினோன் வேதியன் அன்றி
வேதியனேனும் இழுக்குறிலவனை விளம்பும் சூத்திரனென வேத
மாதவர் புகன்றா ராதலாலுடல மாய்ந்தபின் பாவதோர் பொருளோ
தோதிலாவிந்தப் பிறவியில் வேதக் குரவனீ யல்லையோ குறியாய்

12. ஔவியம் பேசு தலாக்கத் திற்கழிவு

ஔவியம் பேசுதல் – ஒருவனைக் கெடுக்கத்தக்க வாலோசனையைப் பேசுதல், ஆக்கத்திற்கு – தன் தேகத்திற்கே, அழிவு – கெடுதியை யுண்டாக்கு மென்பதாம்.

தங்கள் வாக்கினாலும், செயலினாலும் நற்கிருத்தியஞ் செய்வோர் சுகபலனை அடைவதுபோல் தங்கள் வாக்கினாலுஞ் செயலினாலும் துற்கிருத்தியங்களைப் பேசினும், செய்யினும் துக்கத்தையடைவார்கள் என்பது அனுபவமாதலின் ஞானத்தாய் ஔவியம் பேசுதல் ஆக்கத்திற் கழிவென்று கூறியுள்ளாள்.

மும்மெய் செய்த தீவினையின் பயனை இம்மெய்யில் அனுபவிக்கும்சுகத்தையும், அசுகத்தையும்உய்த்துணர்வோமாயின் மறுமெய்யில் அதிகதுக்கத்திற்கு ஆளாகாது சுகம் பெறும் செயலை அடைவான்வேண்டி இம்மெய்யில் அவ்வியம் பேசலாகாது என்று கூறியுள்ளாள்.

அறநெறிச்சாரம்

“முற்பிறப்பிற் றான்செய்த புண்ணியத்திநல்லதோர்
இற்புறத்தின்புறா நின்றவ – ரிப்பிறப்பே

யின்னுங் கருதுமே வேதங்கடிந்தறத்தை
முன்னு முயன்றொழுகற் பாற்று."

13. அஃகமுங்காசுஞ் சிக்கென்ற கற்று

அஃகமும் – தேகத்தா லுண்டாகுங் குற்றங்களையும், காசும் – மனத்திலெழுவஉங் களங்கங்களையும், சிக்கென – பாசபந்தக் கயிற்றின் வலையென, அகற்று – கண்டு நீக்கி விடுமென்பதாம்.

காஸீயென்னும் பாலிமொழிக்கு களிம்பு ஆசாபாசமென்னும் பொருளைக் குறித்திருக்கின்றார்கள்.

அருங்கலைச்செப்பு

"ஆசாபாசத்தோட ஃக விருளகற்றி
பேசாதான் பெற்ற பலன்."

14. கற்பெனப்படுவது சொற்றிரும்பாமெய்.

கற்புயெனப்படுவது – பெண்களுக்குக் கற்பென்று கூறப் படுவது, சொல் – கணவன் வாக்குக்கும், மாமனார் மாமியார் வாக்குக்கும், திரும்பாமெய் – கோணாமல் நடக்குந்தேகத்தைப் பெற்றவள் என்பதாம்.

அதாவது இல்லாளென்னும் மனைவாழ்க்கைக்குடையவள் கணவனையே தெய்வமாக பாவித்து அவனது வாக்கைக் கடவாமலும், மாமன் மாமியார் வாக்கை மீறாமலும் நடக்குந் தேகத்தை உடையாளை கற்புடைய மகளீரென்று கூறப்படும்.

அறநெறிச்சாரம்

"வழிபா டுடையவளாய் வாழ்க்கைநடா அய்
முனியாது சொல்லிற்றுச் செய்தாங் – கெதிருரையா
தேத்திபணியுமே வில்லாளையாண்மகன்
போற்றிப்புனையும் புரிந்து."

பாரதம்

தன்கணவனைக்கடவு ளென்றுபலதன்மெய்
மென்முறைத்திருத்திவழிபாடுக நிரைப்பேன்

இன்போடு மவர்க்கினிய நாடியவைதேடி
யன்போடு சமைத்திடுவ னல்குவனடுத்தே
புருடனுண்டபின் றானுணல் பூவைமாற்
குரியவனவனாழ் துயிலுற்றபின்
அருசினிற்றுயின் றாங்கவன் முன்விழித்
தருடலைக்கௌல் கற்புடையாரரோ.

15. காவறானே பாவையர்க்கழகு

காவல்தானே – பெண் விவேகாயினும் அவளை விவேகமுடன் காக்குங் காவலாளன் இருப்பானாயின், பாவையர்க்கு – பதுமையாம் அழகுநிறைந்த பெண்களுக்கு, அழகு – சிறப்பாகும் என்பதாம்.

நாணம், அச்சம், மடம், பயிற்பு இன்னான்கும் அமைந்த பெண்ணுருக் கொண்டவளாயினும் அவளுக்கோர் நற்காவல னில்லாவிடின் பெண்மெய்க்கு எவ்விதத்துங் கேடுண்டாமென்று உணர்ந்த ஞானத்தாய் காவல்தானே பாவையர்க் கழகென்று வற்புறுத்திக் கூறியுள்ளாள்.

16. கிட்டாதாயின் வெட்டென மற

கிட்டாதாயின் – நீவீர் இச்சிக்கும் பொருள் கிடைக்காவிடின், வெட்டென – துண்டிக்கும் பொருளைப்போல் அவ்விச்சையை, மற – அகற்றிவிடுமென்பதாம்.

மக்கள் நாடும் சிற்றின்பப் பொருள் கிட்டா தாயினுந்துக்கம், ஓர்கால் கிட்டுமாயின் அப்பொருளைக் கார்பற்றுதலினுந்துக்கம் அப்பொருள் கை தவரினும்துக்கம் ஆதலின் ஒருபொருள் மீதுமிக்க அவாப்பற்றி நிற்கலாகாதென்பது கருத்து.

17. கீழோராயினுந் தாழ வுரை

கீழோராயினும் – உம்மை யடுத்து யாதாமொன்றைக் கேட்போர் யேழைகளாயினும், விவேகமற்றவர்களாயினும், தாழவுரை – மிருதுவாக்கியத்தால் அவர்களுக்கு பதிலுரைக்கக்கடவா யென்பதாம்.

விவேகமிகுத்த மேலோர்களிடம் அவிவேகிகளாம் கீழோர் ஒன்றைநாடி சென்றக்கால் அவர்களை அன்புடன் ழைத்து வேண்டியவற்றை விசாரித்து உபசரித் தனுப்புவார்களாயின் அதன் சார்பால் அவிவேகிகளாகும் கீழோர்களுக்கும் ஓர் நற்கிருத்தியம் உதயமாமென்பது கருத்தாம்.

18. குற்றம் பார்க்கின் சுற்றமில்லை

குற்றம் பார்க்கின் குடும்பமென்று கூடியவிடத்து தொடுத்த மொழி, எடுத்துச்செயல் யாவற்றிற்குங் குற்றங்கூறித் திரிவதாயின், சுற்றமில்லை – குடும்பத்தோரென்னும் பெயரில்லாமற்போம் என்பதாம்.

ஓர் குடும்ப விவகாரத்துள் சொல்லுக்குச்சொல் குற்றம் பிடித்தலும், செய்கைக்கெல்லாங் குற்றம் பிடித்தலுமாகிய கொறூரச் சிந்தையை விருத்தி செய்வதால் குடும்ப மென்னும் பெயரற்றுப்போவதுடன் வாழ்க்கை யுங்குன்று மென்று உணர்ந்த ஞானத்தாய் குடும்பமென்னும் வாழ்க் கையில் எடுத்த செயலுக்கெல்லாங் குற்றம் பார்ப்பார் களாயின் சுற்றத்தோரென்னும் உரன்முறையோர் இல்லாமற் போய்விடுவார்களென்று கூறியுள்ளாள்.

19. கூரம்பாயினும் வீரியம் பேசேல்.

கூரம்பாயினும் – உம்மிடத்திலுள்ள அம்பு மிக்க கூறுள்ளதா–யினும், வீரியம் – மிக்க வல்லமையாகப் பேசேல் – சபதங்கூறாதேயென்பதாம்.

அதாவது அம்பு கூரியதாயினும் வின்னாணி சோர்வுற்றுப் போம். வின்னாணி தளராநிற்பினும் மெய் சோர்வுற்றுப்போம். மெய்சோர்வுராது வல்லமெயுற்றிருப்பினும் காலக்கேடயரும், ஆதலின் காலபலம், தன்பலம், வில்லின்பலம், நாணின்பலம், எதிரியின்பலம் யாவையும் நோக்காது தனது அம்பு கூரியதா–யினும் அம்பை நம்பிபேசலாகாது என்பது கருத்து.

20. கெடுவதுசெய்யின் விடுவதுகருமம்.

கெடுவது செய்யின் – செய்யுந் தொழிலில் கேடுண்டா மாயின், செயலை அவ்வினையை, விடுவது அவற்றுடன்

விடுவது – அச்செயலைவிட்டுவிடுவதே, கருமம் – தொழிலுக் கழகாகும்என்பதாம்.

எடுத்துசெய்யுங்கருமத்தில்கேடுண்டாமென்றுஉணர்வாராயின் அக்கருமத்தைக் கருவிகளுடன் விட்டுவிடவேண்டுமென்பது கருத்தாம்.

தொடுத்த கருமத்தால் கேடுண்டென்று உணர்ந்தும் அதே கருமத்தை முடிக்க முயல்வானாயின் அவன் கெடுவதுடன் அவன் சந்ததியோரும் கெட்டு அவனையடுத்த கருமிகளும், கருவிகளும் பாழடைந்து போமென்றுணர்ந்த ஞானத்தாய் கெடுதியுண்டாகுந் செயலை விடுவதே கருமமென்று கூறியுள்ளாள்.

21. கேட்டிலுறுதி கூட்டுங்குறைவை

கேட்டில் – தன சம்பத்தேனும், தானிய சம்பத்தேனுங் குறைந்துக் கெடினும், உறுதி – பொருள் போச்சுதே யென்றுள்ளங் கலங்காது திறத்தில் நிற்பானாயின், குறைவை – குறைந்தபொருள் யாவும், கூட்டும் – சேருமென்பதாம்.

மக்கள் சேர்ந்துவரும் தானியம் குறைந்ததென்றும், தனங் குறைந்த தென்றுங் கலங்காது முன்னவற்றை சேகரித்த முயற்சி–யிலிருப்பானாயின் குறைந்த வஸ்துக்கள் யாவும் நிறைந்து போமென்பது கருத்தாம்.

22. கைப்பொருடன்னின் மெய்ப்பொருட்கல்வி

கைப்பொருள் – ஒவ்வொருவர்க் கைகளால் ஆளும் தனப் பொருள், தானியப் பொருள், தன்னினும் – அதனினும், மெய்ப்பொருள் – அழியாப்பொருள் யாதென்பீரேல், கல்வி – அறிவை விருத்திபெறச் செய்யுங் கலை நூற்களே என்பதாம்.

அதாவது அவனவன் உள்ளத்திற் பதிந்துள்ள மண் பொருளினழகும். பொன் பொருளினழகும், பெண் பொருளி னழகுங் தோன்றி தோன்றி கெடுவது சுவாபமாகும்.

கல்வியென்னும் மெய்ப்பொருளோ கற்றவளவினின்று கலைநூல் உசாவுவனேல், அதன் பலனாம் அதனழகும் அதனொலியும் இவனது உருவுங் காணாது அழிந்த விடத்தும் பிரகாசிக்கு மென்பதாம்.

மூவர்தமிழ் – நாலடிநானூறு.

"குஞ்சியழகுங் கொடுத்தானைக் கோட்டமுகும்
மஞ்சளழகும் அழகல்ல – நெஞ்சத்து
நல்லம்யா மென்னு நடுவுநிலைமைமெய்
கல்வி யழகே யழகு.

23. கொற்றவனறித லூற்றுடலுதவி

கொற்றவன் – வல்லவன், அறிதல் – தன்னையறிந்தடங்கற்கு, உதவி – ஆதாரமானது, உடல் – தேகமேயாம்.

அதாவது வல்லமெயுற்றோனெனத் தோன்றியும், தன்னை ஆராய்ந் தடங்காது வல்லபத்தை விழலுக்கிரைத்த நீர்போல் விட்டுவிடுவானாயின் தேகம் தளர்ந்து பாலுண் கடைவாய் படிந்து நோக்குங் குறைந்துவருங்கால் பற்பல பிணிகளாலும், துன்புற்று துன்பத்தைப் பெருக்கிக்கொள்வான். ஆதலின் தேகசக்தி மிக்கவன் ஒவ்வொருவனும் தன்னையறியுஞ், சாதனத்து உழைப்பனேல் தேகமெடுத்த பலனை அடைவானென்பது கருத்து.

அறநெறிச்சாரம்

"நீக்கரு நோய்மூப்பு தலைப்பிறிவு நல்குரவு
சாக்காடென்றைந்து களிருழக்கப்–போக்கரிய
துன்பத்துட்டுன்ப முழப்பர் துறந்தெய்தும்
இன்பத் தியல்பறியா தார்."

மூவர்தமிழ் – நாலடிநானூறு.

"நிலையாமெய் நோய்மூப்புச் சாக்காடென் றெண்ணி
தலையாயார் தங்கருமஞ்செய்யார் – தொலைவில்லா
சித்துமுடலுஞ் செய்யநிலையென்னும்
பித்தரிற் பேதையாரில்."

இச்செய்யுளில் பாட பேதங்கள்,

1831 வருஷம் ம–அ–அ–ஸ்ரீதாண்டவராய முதலியாராவர்களால் அச்சிட்டுள்ள நாலடி நானூற்றில், "சத்தமும் சோதிடமும் மென்றாங்கிவை பிதற்றும்" என்றும்" ம–அ–அ–ஸ்ரீ வேலூர்

மார்க்கலிங்க பண்டாரமவர்கள் ஏட்டுப் பிரிதியிலும் ம–அ–அ–ஸ்ரீ மயிலை குப்புலிங்கனாயனாரவர்கள் ஏட்டுப் பிரிதியிலும் " சித்துமுடலுஞ் செய்யநிலையென்னும்"

என்னும் பாடபேதங்களைக் கண்ணுற்றபோது இருவரேட்டுப் பிரதிகளிலுள்ளச்செய்யுள்சிதையினும்பொருள்பொருந்தியுள்ளது கண்டு உடற்கூற்றையே வெளியிட்டுள்ளோம்.

சத்தமுஞ் சோதிடமுமென்னு மொழி முற்சீருக்குப் பொருந்தாதாதலினும், சோதியின் இடங்கண்டு கூறுவோரைப் பித்தரென்றுக்கூறியுள்ளதும் பிழையேயாம்.

எங்ஙனமென்பீரேல் தற்காலமுள்ள பிரிட்ஷ் ஆட்சியில் (அஸ்ட்ரானமர்) என்னும் வானசாஸ்திரிகள் சோதிகளாகும் நட்சத்திரங்களுள்ள இடங்கண்டு இன்னசோதி, இனிய இடம் போமாயின் காற்றடிக்கும் மழைபெய்யுமென்று கூறுதலும், சாக்கையர்கள் கணிப்பில் இன்னசோதி இன்னின்னவிடங்களில் மாறுபடுமாயின் சூரியகிரஹணம், சந்திரகிரஹணம் உண்டா மென்னுங் குறிப்பும் அனுபவத்திலும் காட்சியிலுமிருக்குங்கால் சோதியின் இடமறிந்து பலாபலன் கூறுவோரை பித்தரென்றும், பேதையரென்றுங் கூறியுள்ளது பிழையென்று துணிந்து கூறியுள்ளோம்.

24. கோட்செவிக் குறளை காற்றுட நெருப்பு

கோட்செவி – எக்காலுங் குற்றமாகிய சொற்களையே கேட்க விரும்பும் சுரோத்திரமுடையவன், குறளை – விருப்பமானது, காற்றுடநெருப்பு – மனைகள் தீப்பட்டெரியுங்கால் காற்றுஞ் சேர்ந்துக்கொள்ளுமாயின் உள்ள மனைகளும் எரிந்து பாழாவது போல் தான் கெடுவதுடன் தன் சுற்றமுங் கெடுமென்பதாம்.

குடும்பத்தோர் குற்றங்களையாயினும் நேயர்கள் குற்றங்களை யாயினும் தங்கள் செவியாரக் கேட்க விருப்பமுடையவன் மனமானது எப்போதும் கோபமென்னுந் தணலில் எரிந்திருக்குங்கால் மேலுமேலுங் கோட்சொல் நுழையில் காற்றுடன்சேர்ந்த நெருப்பைப்போல் உள்ள கோபாக்கினி மீறி தன்னையுந் தன் குடும்பத்தையுந், தன்நேயரையும் அழிக்குமென்று உணர்ந்த ஞானத்தாய் குற்றத்தைக் கேழ்க்கும்

விருப்பமிகுத்தோன் காற்றுடன் சேர்ந்த நெருப்புக்கொப்பாய் தன்னைத்தானே தகித்துக்கொள்ளுவானென்பது கருத்து.

அறநெறிச்சாரம்

தன்னிற் பிறிதில்லை தெய்வநெறி நிற்பில்
ஒன்றாந்தானெறி நில்லானேல் தன்னை
இறைவனாயச் செய்வானுந்த தானேதான்றன்னை
சிறைவனாய்ச் செய்வானுந்தான்.

25. கெளவைசொல்லி னெவ்வருக்கும் பகை.

கெளவைசொல் – எதிரிக்கு மற்றொருவன்கூறிய வார்த்தையைச் சொல்லுதலும், மற்றவன் கூறிய வார்த்தையை எதிரிக்குச் சொல்லுதலும், எவருக்கும்பகை – ஒருவருக்கொருவரை விரோதிக்கச்செய்துப் பாழ்படுத்துவதுடன் அத்தகையக் குட்டுணிசெயலால் சகலருக்கும் விரோதியாவான் என்பதாம்.

உடும்புக்குள்ள இரட்டை நாவைப்போல் இருவருக்கும் நேயனைப் போலிருந்து கெளவைப்போல் அவர் சொல்லை இவருக்கும் இவர் சொல்லை அவருக்குஞ் சொல்லி கலகத்தை உண்டு செய்வோன் இருவருக்கும் விரோதியாவதுடன் இவன் இருநாக்கன் கெளவைச் சொல்லன் எறுணர்ந்தோர் யாவரும் இவனைக் கண்டவுடன் பயந்து யாதொரு சொற்களையும் பேசாமல் துரத்தி விடுவார்கள், ஆதலின் ஒருவர் சொல்லை மற்றவனுக்குச் சொல்லுங் கெளவை சொல் எக்காலும் பேசலாகாதென்பது கருத்து.

26. சந்ததிக்கழகு வந்தி செய்யாமெய்.

சந்ததி – புத்திர பாக்கிய விருத்திக்கு, அழகு – சிறப்பு யாதெனில், மெய் – தனது தேகத்தை, வந்திசெய்யா – அறுவகை கற்பதோஷத்திற் குள்ளாகாது கார்க்கவேண்டிய தென்பதாம்.

அதாவது இஸ்திரீகளை மலடாக்கிப் புத்திர பாக்கியத்தைக் கெடுப்பது அறுவகைக் கருப்பை தோஷங்களேயாதலின் சந்ததியின் அழகைக்கோரும் பெண்கள் யாவரும் கருப்பை தோஷமுண்டாகாது காக்கவேண்டுமென்பது கருத்து.

27. சான்றோரென்கையீன்றோட்கழகு.

சான்றோர் – நற்குணங்கள்யாவும் நிறைந்த ரூபி, என்கை – என்று கூறப்படுவானாயின், ஈன்றாள் – பெற்றதாயாருக்கு, அழகு – சிறப்பாகும் என்பதாம்.

தானீன்ற புத்திரன் நல்வாய்மெய், நல்லூக்கம், நற்கடைபிடி என்னும் சாந்தரூபியாய் சகலராலுங் கொண்டாடப்படுகிறானென்று பல்லோரும் புகழக் கேழ்ப்பதே பெற்றவளுக்குப் பேரழகென்று கூறியுள்ளாள்.

திரிக்குறள்

"ஈன்றப்பொழுதிற் பெரிதுவக்குந்தன் மகனை
சான்றோனெனக் கேட்டத்தாய்."

அறநெறிச்சாரம்

எள்ளிப்பிறருரைக்கு மின்னாச்சொல் தன்னெஞ்சில்
கொள்ளிவைத்தாற்போல் கொடிதெனினு மெள்ள
அறிவென்னு நீரா லவித்தொழுக லாற்றின்
பிறிதெனினும் வேண்டாந் தவம்

28. சிவத்தைப்பேணிற் றவத்திற்கழகு.

சிவத்தை – உனக்குள்ள அன்பை, பேணில் – பெருக்க முயலில், தவத்திற்கு – சகசாதனத்திற்கு, அழகு – சிறப்பாகும் என்பதாம்.

திருமூலர் – திரிமந்திரம்.

"அன்பும் சிவமும் இரண்டென்ப றறிவிலார்
அன்பே சிவமாவதி யாருமறிகிலார்
அன்பே சிவமாவதி யாருமறிந்தபின்
அன்பே சிவமா யமர்ந்திருப்பாரே."

கோபமென்னும் குன்றின்மீதேறி யவித்து அன்பே ஒருரு கொண்ட சாந்தரூபியாம் புத்தபிரானை குணகாரணத்தால் சிவனென்றும், சதாசிவனென்றுங் கொண்டாடிவந்தார்கள்.

அறநெறித்தீபம்.

"அவன்கோ லிவன்கொலென்றையப்படாதே
சிவன்கண்ணே செய்ம்மின்கண்சிந்ததை – சிவன்றானும்
நின்றுக்கால்சீக்கு நிழறிகழும்பிண்டிக்கீழ்
வென்றிச்சீர் முக்குடையான் வேந்து."

சூளாமணி

மணிமலர்ந் துமிழொளி வனப்புஞ் சந்தனத்
துணிமலர்ந்துமிழ் தருந்தண்மெய்தோற்றமும்
நணிமலர் நாற்ற மென்னவன்ன தா
லணிவரு சிவகதி யாவதின்பமே

மேருமந்திரபுராணம்

அவதியா னரகமா றாவதாய்ந்திடா
வுவதியால் வரும் பயன் ஒன்றுமின்றியே
சிவகதி யவர்க்குப் போலிவர்க்கு நல்வினை
யவதியி னுதையத்தா லாகு மின்பமே

29. சீரைத்தேடி னேரைத் தேடு.

சீரை – சுகவாழ்க்கையை, தேடில் – ஆராய்வதில், ஏரை – உழுதுண்ணுஞ்செயலை, தேடு கண்டறிந்துக்கொள் என்பதாம்.

அதாவது உலகத்தில் சுகவாழ்க்கையைத் தேடுபவன் பூமியைத் திருத்தியுண்ணும் வேளாளத் தொழிலை நாடுவானாயின் சகலருக்கும் உபகாரியாக விளங்குவதுமன்றி தானும் சுக வாழ்க்கையைப் பெருவான் என்பதாம்.

திரிக்குறள்

"உழுதுண்டுவாழ்வாரேவாழ்வார்மற்றெல்லாந்
தொழுதுண்டுபின்செல்பவர்."

30. சுற்றத்திற்கழகு சூழவிருத்தல்.

சுற்றத்திற்கு – உறவின்முறையா ரென்போருக்கு, அழகு – சிறப்பு யாதெனில், சூழவிருத்தல் – ஒருவருக்கொருவர் உதவிபுரிந்து சேர்ந்து வாழ்தலேயாம்.

என் சகோதரன், என் மாமன், என் மைத்துனியென்று சொல்லுங் குடும்பங்களுக்கு, சிறப்பும், வாழ்க்கையும் சுகமும் யாதெனில், ஒருவருக்கொருவர் நெருங்கி வாழ்வதுடன் ஒருவருக்கொருவர் உபகாரிகளாக விளங்குவதே என் குடும்பத்தோர், என் சுற்றத்தோர் என்பதற்கு அழகாகும் சேர்ந்த வாழ்க்கைப்பெற்றும் உபகாரமற்றிப்போருக்கு வாழ்க்கைக்கு அழகாகாவாம்.

திரிக்குறள்

"சுற்றத்தாற் சுற்றப்பட வொழுகல் செல்வந்தான்
பெற்றத்தாற் பெற்ற பயன்."

31. சூதும்வாதும் வேதனைசெய்யும்

சூதும் – ஒருவரை வஞ்சினத்தாலும், வாதும் – ஒருவர் வாக்குக்கு எதிர்வாக் குரைத்தலாலும், வேதனை – துன்பத்தை, செய்யும் – அநுபவிக்க நேரிடு மென்பதாம்.

சூதாகும் வஞ்சகக் கிரியைகளையும், வாதாகுங் குதர்க்க வாதகங்களையுஞ் செய்துக்கொண்டே வருவதினால், விவேக மிகுந்தோர் இவனை புறம்பே அகற்றுவதுடன் அதிகாரிகளால் வேதனையும் அடைவானென்பதுங் கருத்து.

32. செய்தவ மறந்தாற் கைதவ மாளும்.

செய் – தான் செய்துவரும், தவம் – நல்லொழுக்கத்தை, மறந்தால் – செய்யானாயின், கைதவம் – அனுபவத்திற்கைகண்ட சுகங்களானது, மாளும் – கெட்டுபோ மென்பதாம்.

தான் விடாமுயற்சியாய் சாதித்துவந்த நற்காட்சி, நல்வாய் மெயாகுந் தபோபலங் குறையின் துற்காட்சி மிகுத்து முன்செய் தவமும் மாய்ந்து போமென்பது கருத்து.

33. சேமம்புகினுஞ் சாமத்துறங்கு

சேமம் – சுகசீர், புகினும் – அடைந்திருப்பினும், சாமத்து – ஐந்துநாழிகைவரையிலும், உறங்கு – நித்திரைசெய்யென்பதாம்.

அதாவது யாதாமோர் தொழிலுமின்றி சுகசீர்

அடைந்திருப்பினும், சோம்பலால் அதிக உறக்கத்திற் இடந்தரல் ஆகாதென்பது கருத்து.

34. சையொத்திருந்தா லையமிட்டுண்.

சையத்தோர் தன்னையறியும் சாதனை நிலையோர், ஒத்திருந்தால் – தோற்றுவாராயின்.ஐயம் – அவரொடுக்கத்தை யறிந்த இட்டுண் – முன்பு அவருக்கு அன்னமளித்து நீயுண்பா யென்பதாம்.

பாலியில், சைவர், தன்னையா ராய்வோர், சைனர், சினமற்றோர், தன்னையறிந்தோ ரென்னப்படும்.

அகப்பேய்சித்தர்.

"சைவமாருக்கடி யகப்பே தன்னையறிந்தவர்க்கே
சைவமானவிட மகப்பே தானாக நின்றதடி"

35. சொக்கரென்பவ ரத்தம்பெறுவர்.

சொக்கர் – சகல பாசபந்தங்களையும் களைந்த சுயம்பு, என்பவர் – என்று சொல்லத் தகுந்தவர், அத்தம் – நிருவாணமென்னு முத்தி நிலையை பெறுவர் – அடைவர் என்பதாம்.

அதாவது சருவ குற்றங்களையும் அகற்றியவர், களங்கமற்ற நெஞ்சினர், மனமாசு ஒழிந்தவர், சுயம்பு, சொக்கர் என்று சொல்லும்படியான நிலையை வாய்த்தவர்கள் அத்தமாம் வீடுபெற்று பிறவி த்துக்கத்தை யொழித்தவர்கள் என்பது கருத்து.

சுயம்பு நிலையால் புத்தரை சொக்கநாத ரென்றும், பிறவியற்ற நிலையால் புத்தரை அத்தனென்றும் வழங்கிவருகின்றார்கள். அதுகொண்டே நமது ஞானத்தாய் அகக்களிம்பற்று சொக்கமானவர் அத்தம் பெறுவரென்று கூறியுள்ளாள். சொக்கமென்னு மொழி சுவர்க்கமென்னு மொழியினின்றும், அத்தமென்னு மொழி முடிவாம், வீடுபேற்றினின்றும், தோன்றியவைகளாம்.

36. சோம்பரென்பவர் தேம்பித்திரிவர்.

சோம்பர் – யாதொரு தொழிலுமற்ற சோம்பேறி, என்பவர் –

என்றழைக்கப்பெற்றவர்கள், தேம்பி – துக்கமதிகரித்து, திரிவர் – அலைந்து கெடுவாரென்பதாம்.

அதாவது மனித வுருவெனத் தோன்றி ஓர் தொழி–லின்றியும், யாதாமோர் முயற்சியின்றியும் தேகத்தை அசையாது சோம்பலில் இருத்தியுள்ளவன் உண்ண உணவிற்கும், உடுக்க உடைக்குமின்றி வீதிகடோறுந் திரிந்து பசியின் கொடூரத்தாலும், துக்கவிருத்தியாலும் நலிந்து கெடுவான். ஆதலின் ஒவ்வோர் மனிதனும் சோம்பலின்றி தேகத்தை வருத்தி சம்பாதித்துண்பதே மனித தோற்றங்களுக்கு அழகாதலின் ஒவ்வோர் மனிதனும் தனக்குள்ள முயற்சியையும் உழைப்பையும் நோக்காது சோம்பித்திரியலாகாதென்பது கருத்து.

37. தந்தை சொன்மிக்க மந்திரமில்லை.

தந்தை – தன்னையீன்ற தகப்பனும் தனக்கு நீதிவழிகாட்டியுள்ள சற்குருவாகிய தகப்பனும், சொன் – சொல்லிய மொழிகளுக்கும், சுருதி வாக்கியங்களுக்கும் மிக்க – மேலான, மந்திரம் – ஆலோசனை, இல்லை – வேறில்லையென்பதாம்.

அதாவது, சற்குருவின் திரிபேதவாக்கியங்களாம் நீதிநெறி ஒழுக்கங்களைத் தழுவிவந்த தனது தந்தையால் சொல்லிக்கொடுத்துவரும் புத்திக்கும், மேற்பட்ட ஆலோசனை யாதுமில்லை யென்பது கருத்து.

மற்றபடி கள் குடியனாகுந் தந்தையும், களவாடுந் தந்தையும் அப்பா கொஞ்சங் கள்ளுக்குடி, அய்யா அவன் பொருளைய அபகரித்து வாவென்று சொல்லுஞ் சொற்களை மந்திரங்களாகும் ஆலோசனைகளென்று ஏற்கப் போமோ ஒருக்காலும் ஏற்கலாகாவென்பதாம். ஆதலின் ஞானத்தாய் நீதிநெறி ஒழுக்கங்களை அநுசரித் தோது முதுமொழிகளையே மந்திரங்களென்று கூறியுள்ளாள்.

38. தாய்சொற்றுறந்தால் வாசகமில்லை.

தாய் – தன்னையீன்ற தாயாரும், வாசகநெறியோதியுள்ள ஞானத்தாயாரும்.சொல் – சொல்லியுள்ளவற்றை, துறந்தால் – அவற்றிற்கு மாறுகொள நடந்தால், வாசகமில்லை – ஞானத்தாய்

ஓதியுள்ள, திரிவாசகமுமில்லை அவற்றை அநுசரித்துவந்த ஈன்ற தாயாரின் ஒழுக்கமில்லை என்பது கருத்தாம்.

பெரும்பாலும் நமது ஞானத்தாய் ஓதியுள்ள திரிவாசகங்களை யெளிதிலும், வாசகநடையிலு முணர்ந்து அம்மார்க்கத்தில் நடந்துவரும் தன்னை ஈன்றத் தாயானவள் ஓதுஞ் சொற்களைக் கடந்து நடப்பதாயின் ஞானத்தா ஓதியுள்ள திரிவாசகத்தையே மீறிநடந்தற்கொக்கும். ஆதலின் நீதிமார்க்கத்தில் நடக்கும் தன்னை ஈன்ற தாயின் சொற்களை மீறிலாகாதென்று கூறியுள்ளாள். கொலையிலும், களவிலும், பொய்யிலும், விபச்சாரத்திலும், குடியிலு மிகுத்தவளைக் கூறாது திரிவாசகங்களை ஏற்று நடந்ததாயின் மொழிகளையே இவ்விடம் வற்புறுத்திக் கூறியுள்ளாள்.

39. திரைகடலோடியுந் திரவியந்தேடு.

திரை – அலைபெருக்கில், கடலோடியும் – கடன்மடை திரண்டோடும் வோடத்திற் சென்றும், திரவியஞ் – செல்வத்தை, தேடு – சம்பாதிக்கமுயற்சிச்செய்யு மென்பதாம்.

யாதாமொரு களங்கமும் பயமுமின்றி கடல் மீது கப்பல் யாத்திரைச் செய்து புறதேசங்களுக்குச் சென்று தனது நீதிநெறியாம் ஒழுக்கங்களினால் அத்தேசத்தோருக்கு மேலானவனென விளக்கி தனது முயற்சியினாலும், தேககஷ்டத்தினாலும், வித்தியா விருத்திகளினாலும் திரவியத்தை சேகரித்து தான் சுகிப்பதுடன் தனது குடும்பத்தோரையும், தன்னையடுத்துள்ள ஏழைகளையும் ஆதரிக்கவேண்டுமென்னுங் கருத்தால் திரவியந்தேடும் உபாயத்தைக் கூறியுள்ளாள்.

40.தீராக்கோபம் போராய் முடியும்

தீராக்கோபம் – தன்னாலாற்றமுடியாக்கோபம், போராய் –பெருஞ்சண்டைக் கேதுவாய், முடியும் – தீருமென்பதாம்,

தனக்குள் எழூங் கோபாக்கினியை சாந்தமென்னும் நீரினால் அவிக்காமற் போவானாயின் தனதுள்ளூறுப்புகள் யாவுங் கொதிப் பேறி நடுக்கமுற்று நாசமடைவதுடன் எதிரிகளால் தனது தேகமும் நையப் புடைக்கபட்டு நசிந்து போவாறென்பதாம்.

திரிக்குறள்

தன்னைத்தான் காக்கிற் சினங்ககாக்க காவாக்கால்
தன்னையே கொல்லுஞ் சினம்.

41. துடியாப் பெண்டிர் மடி நெருப்பு

துடியா – தனது கணவனுக்கு ஆபத்து நேரிட்டகாலத்து பதறா, பெண்டிர் – இஸ்திரீயானவளிருப்பளேல், மடியில் – கணவன் தன் இடுப்பில் கட்டியுள்ள வஸ்திரத்தில், நெருப்பு – அக்கினியை கட்டியுள்ளா னென்பதற் கொக்கும்என்பதாம்.

புருடனுக்கோர் ஆபத்து நேரிட்டதென்று கேள்விபட்ட மனைவியின் தேகந் துடியாமலும், மனம் பதராமலும் இருக்குமாயின் அவளது எண்ணம் பரகுருடனை நாடி நிற்ப்பதுமன்றி தனது கணவன் சீக்கிரந் துலையவேண்டும் என்னும் நோக்கமுடையவளேயாவாள். அத்தகையத் தீய குணமுள்ளாளைச் சேர்ந்து வாழ்தல் தனது மடியில் நெருப்பைக் கட்டிவைத்திருப்பதற்கு ஒக்கும். தன் கணவன் மீது வெறுப்பும், அன்னிய புருடன் மீது விருப்பமுள்ள பெண்டீர் வாழ்க்கைக்குத் துணைநலமாகாதது கண்டுள்ள ஞானத்தாய் துடியாப் பெண்டிர் மடியில் நெருப்பென்று கூறியுள்ளாள்.

42. தூற்றும்பெண்டீர் கூற்றெனத் தகும்.

தூற்றும் – மனை விவகாரங்களை வெளியில் தூற்றித்திரியும், பெண்டீர் – பெண்களை, கூற்றென – நசிக்குங்காலனெனத், தகும் – சொல்லுதற் கேதுவுண்டா மென்பதாம்.

அதாவது தனது மாமன் மாமியார் வார்த்தைகளையும், மாதுலன் மாதுலி வார்த்தைகளையும் கணவன் வார்த்தைகளையும், தான் செல்லுமிடங்களுக் கெல்லாம் சொல்லித் திரிபவள் தனது குடும்பத்தை அழிக்குங் கூற்றனுக்கு ஒப்பாவாளென்பது கருத்து.

தன்வீட்டின் நெருப்பாங் கலக வார்த்தைகளையும், வெளியிற் கொண்டு போகாதவலும், வளி நெருப்பாங் கலகவார்த்தைகளை உள்ளுக்குக் கொண்டு வராதவளுமே கற்புக் கினியவளென்பது கலை நூற்களின் துணிபாதலின் அனை வாழ்க்கை மொழிகளை பதரைப்போல் தூற்றித் திரிபவள் அக்குடிக்கே

வாலனாவாளென்று உணர்ந்த ஞானத்தாய் தூற்றும் பெண்டீர் கெடுதியை விளக்கியுள்ளாள்

43. தெய்வஞ்சீறிற் கைதவமாளும்.

தெய்வம் – தெய்வகமாம் உள்ளதை, சீறில் – சீற்றமுறில், கைதவம் – உள்ளங்கை நெல்லிக்கனிபோல் கண்டுள்ள வொழுக்க சுகமானது, மாளும் – மாய்ந்துபோ மென்பதாம்.

அதாவது ஒவ்வோர் மக்களுக்குமுள்ள காமாக்கினி கோபாக்கினி பசியாக்கினியாந் தேய்வினிலைமீறி சீறி நிற்குமாயின் செய்தவமும் அழிந்து தேகமாளும். அங்ஙனமின்றி திரிபுராந்த தனலாய்த் தேய்வென்னும் நிலையுள்ள காமாக்கினி, கோபாக்கினி, பசியாக்கினி என்னுங் குன்றின் மீதேறி சாந்தமென்னும் நீராலவித்து, தண்மெயாம் குளிர்ந்த தேகியாய் விளங்க வேண்டுமென்பதே சற்குருவின் போதமாதலின் அவற்றைப் பின்பற்றியுள்ள ஞானத்தாய் அகத்துள்ளவனலை அதிரிக்கச் செய்யாதேயுங்களென்று கூறியுள்ளாள்.

தேய்வனலாகுந் திரிபுராந்தக ஸ்வயம்பிரகாச சாந்தரூபியானோர் தேய்வன லகன்ற காரணங்கொண்டு தேவர் தேவர்களென்னும் பெயரைப் பெற்றார்கள்.

விவேகசிந்தாமணி – சாந்தபலன்.

“ஆசாரஞ் செய்வாராகி லறிவோடு புகழுமுண்டாம்
ஆசார நன்மெயானாலவனியிற் றேவராவர்.”

44. தேடாதழிக்கிற் பாடாய்முடியும்.

தேடாது – ஓர் பொருளை தானே கஷ்டபட்டு சேகரிக்காது, அழிக்கில் – விரயஞ்செய்யில், பாடாய் – பாழாக, முடியும் – தீருமென்பதாம்.

ஒருவன் தேகத்தை வருத்தி ஓர் பொருளைச் சேகரிக்காது தனது முன்னோர் சேகரித்து வைத்திருந்த பொருளை கஷ்டமின்றி அழிப்பானாயின் மறுபடியும் பொருளை சேகரிக்க வழிதெரியாமலும், சோம்பலினாலும், பாழடைந்துபோவான். ஆதலின் கஷ்டப்பட்டு சம்பாதிக்கும் பொருளே விசேஷமென்று

விளக்குவான் வேண்டி தனது முன்னோர்களால் தேடி உள்ள பொருள் தன்னாலுந் தேடி சேகரிக்கும் வழிதெரிந்தபின் அவற்றை சிலவழிக்க முயல்வானாயின் அஃது பாழாகாது விருத்திபெற்றுவரும் அதனை சேகரிக்கும் வழி தெரியாது அழிப்பானாயின் பொருள் பாழாகி ஒழிவதுடன் உடையவனும் பாழாகி முடிவானனென்பது கருத்து.

45. தையுமாசியும் வைத்தியர்க்குழவு.

தையும் – தைமாதமும், மாசியும் – மாசிமாதமும், வைத்தியர்களுக்கு – மாமாத்திரங்களுக்கு, உழவு – பூமியை யுழுது பூமியின் நீராகும் பூநீரெடுக்குங்கால மென்பதாம்.

அதாவது, மாமாத்திரர்கள் ஆடி – ஆவணி மாதங்களில் சமுத்திர உப்பென்னுங் கடலுப்பையும், தை – மாசி மாதங்களில் பூமி உப்பென்னும் நாதத்தையுந் தோண்டியெடுப்பதற்கு முன், பனிகாலமாகும் தையிலும், மாசியிலும் உவர் மண்பூமியை உழுது வைத்து மீன மேஷமென்னும் பங்குனி – சித்திரையில் பூத்திருக்கும் பூமியின் நீர் தேங்கி எழுமிடங்கண்டு அடிபடை தோண்டி நாதமெடுத்து கடலுப்புடன் சேர்த்து வைத்திய உப்பை முடித்து வைத்துக் கொண்டு ஒடதிகளைச் செய்து பிணியாளருக்களித்து சுகமீவதியல்பாகும்.

உப்பினதுபோக்கும், அவற்றை எடுக்குங் காலமும், அதனால்முடியும் ஒடதிகளும், மாமாத்திரர் காலமறிந்து செய்யவேண்டிய விதியாதலின் வைத்தியர்கள் அக்காலத்தை மறவாதிருப்பான் வேண்டி தையும், மாசியும் வைத்தியர்க் குழவென்று கூறியுள்ளாள்.

பதஞ்சலியார் ஞானம்

“காக்கையார்க்கெனுங் கம்பிதிறப்படும்
குலீக்கையாளுவர்ச் சாரமுங் கைக்குள்ளாம்
காக்கையாற் சவுக்காரமுங் கட்டலாம்
காக்கை காக்கை நடுக்கடற் காக்கையே.
ஆடியாவணி யாழித் திரண்டதை
தேடினால் வருமே வந்து சிக்கினால்

பாடினார் பலநூற்களிற் பாஷையா
லோடி யோடி யுழன்று தவிக்கவே"

"தையு மாசியுங் கண்டு வுழுவதற்
கையனே பனிகால மதன் குறி
செய்யுங் கங்கையின் தீட்சை யறிந்தபேர்
கையுஞ் செய்யு மெய்யாகவே காண்பரே."

மச்சமுநிவர் ஞானம்

யீசென்று முடிவன்னியாதி சுழையேசமான பரிபூரணம்
இந்துகூடு மிருமீன மேஷ மதிலேயிருக்கு மிவை யெயதுமே
வாசமுண்டு புவியாளர் தாணுமறியாதிருந்தது சமாதியாய்
வாடியாதுபின் மலர்ந்திடாது நிறமாவ தென் வைடூரியம்

ஏட்டுப்பிரிதிகளின் பாடபேதத்தால் "வையகத்துறங்கு" மென்னு மொழியை ஏற்று பனிகாலத்தில் வைக்கோல்வீட்டில் உறங்குகவென்று கூறுவதாயின் அம்மொழி நாட்டுவாசிகளுக்குக் கேற்குமேயன்றி நகரவாசிகளுக்கு ஏற்காவாம்.

அத்தகைய நாட்டுவாசிகளுக்கும் பனையோலையாலும், தெங்கின் ஓலையாலும், விழல் கொத்துக்களினாலும் வீட்டின் மேடு வேய்ந்துள்ளாரன்றி வைக்கோலினால் இட்டுள்ள ஓர் குடிசையுங் கிடையாவாம்.ஆதலின் அநுபவத்திற்கு வராததும், நூல்சார்பற்றதுமாகிய மொழியை ஏற்பது பொருந்தாவாம்.

46. தொழூதூண்சுவையினுழுதூ ணினிது.

தொழூது – ஒருவரை வணங்கி, ஊண் – பெற்றவுணவை புசிப்பதினும், உழுது – பூமியைத் திருத்திப் பயிரிட்டு, ஊண் – புசிப்பது, இனிது – இன்ப மாகுமென்பதாம்.

தேகத்தை சோம்பலாலும், மந்தபுத்தியாலும், டம்பத்தாலும் வளர்ப்பதற்கு, தன்மெய் யொத்த தேதியை வணங்கி அவனிடந் தனக்கு வேண்டிய புசிப்பைப்பெற்று, உண்பதிலும் பூமியைத் திருத்திப் பயிரிட்டு உண்பதில் தேகத்தை வருத்திப் புசிப்பானாயின் அதுவே தேகசுக யினிய புசிப்பென்று கூறியுள்ளாள்.

அதாவது, நான் இன்னவகையாற் பெரியவன், இனியவகை– யிற் பெரியவன் எனப் பொய்யைச் சொல்லியும், வணங்கியும் உழைப்பாளராகும் பேதை மக்களை வஞ்சித்து பொருள் பறித்து உண்ணும் உணவு உணர்ச்சியற்ற உணவாதலின் உலக வாழ்க்கையுற்றோன் உழுதேனும் உடலை வருத்தியேனும் பொருளை சேகரித்து உண்ணும் உணவே உணவென்று வற்புறுத்திக் கூறியதாகும்.

திரிக்குறள்

"உழுதுண்டு வாழ்வாரே வாழ்வார் மற்றெல்லாந்
தொழுதுண்டு பின்செல் பவர்."

47. தோழனோடு மேழைமைப் பேசேல்.

தோழனோடு – தன் புஜபலத்துக் குதவுவோனோடு, ஏழைமை – தன்வல்லமைக் குறைவை, பேசேல் – மறந்தும் பேசாதே என்பதாம்.

புருஷர்களில் தோழர்களென்பதும், ஸ்திரிகளில் தோழி களென்பதும் தங்கள் எஜமானன் எஜமாட்டிகளுக்கு ஆபத்து பந்து போலிருந்து அஞ்சலியஸ்தராய் ஆதரிப்பவர்களாதலின் அவர்களிடத்துத் தங்கள் வல்லப்பக் குறைவை சொல்லுவதாயின் மதிப்பற்று ஆபத்துக்குதவாதென்பது கருத்து.

48. நல்லிணக்கமல்ல தல்லற்படுத்தும்.

நல் – நல்ல, இணக்கம் – நேயர் சேர்க்கை, அல்லது – இல்லாமற் போமாயின், அல்லல் – துன்பத்திற்கு, படுத்தும் – ஆளாக்குமென்பதாம்.

நல்லவர்களை அடுத்திருத்தலும், நல்லவர்களின் வார்த் தையைக் கேட்குதலும் நன்றாகும் அத்தகைய நல்லோர் களை அடுக்காமலும், அவர்கள் வார்த்தையைக் கேளாமலும் இருப்பதாயின் எவ்விதத்துங் கேடுபெருகி மாளாதுக்கத்துக்கு ஆளாக்குமென்றுணர்ந்த ஞானத்தாய் நல்லோரிணக்கம் வேண்டு மென்றும் அஃதல்லாதார் அல்லற்படுவரென்றும் வற்புறுத்திக் கூறியுள்ளாள்.

49. நாடெங்கும்வாழ்க கேடொன்று மில்லை.

நாடு – நன்செய் புன்செய் பூமிகளில், எங்கும் – எங்குமுள்ளவர்கள், வாழ்க – சுகவாழ்க்கையி லிருப்பார்களாயின், கேடு – சுகக்கேடுகள், ஒன்றும் – ஒன்றாயினும், இல்லை – இராதுயென்பதாம்.

நன்செய், புன்செய் பூமிகளைத் திருத்தி பயிரிட்டு மக்கள் வாழ்க்கை புரியுமிடத்தை நாடென்றும், அரசனும் அரசாங்கத்தோரும் வாழுமிடத்தை நகரமென்றும், வழங்கி வருபவற்றுள் நன்செய், புன்செய் தானியங்கள் செழித்திருக்குமாயின் நாட்டார் யாவருஞ் செழித்திருப்பார்கள். நாட்டார்கள் செழிப்புற்றிருப்பார்களாயின் நகரவாசிகள் யாவரும் சுகமுற்று வாழ்வது அநுபவமாதலின் பயிரிடுங் குடிகளின் சுகத்தைக் கண்டு எங்கும் சுகமுண்டென்பதை விளக்கியுள்ளாள்.

50. நிற்கக்கற்றல் சொற்றிரமாகும்.

நிற்க – மனதில் நிலைக்க, கற்றல் – வாசித்த, சொல் – வார்த்தைகளானது, திரம் – உருதியாக, ஆகும் – முடியுமென்பதாம்.

கற்குங் கல்வியை நிலைபெறக் கற்று தான்கற்ற கல்வியளவாய் ஒன்றைக் கூறுவானாயின் அஃது உருதிபெற்றே நிற்கும். தான் கற்ற கல்வியை நிலைக்கவைக்காமலும், கற்றக் கல்வியினளவே நில்லாமலும் ஒன்றைக் கூறுவானாயின் சேற்றில் நாட்டியக் கம்பம்போல் தன்னிற்றானே திரம்பெற தாதலின் கற்போர் யாவருந் தாங்கள் கற்றக் கல்வியை தங்களுள்ளத்தில் பதியக் கற்றல்வேண்டு மென்பது கருத்தாம்.

51. நீரகம்பொருந்திய வூரகத்திரு.

நீர் – லோகசலதாரையூற்றுக்கு, அகம் – இடம், பொருந்திய – அமைந்துள்ள, ஊரகத்து – தேசத்தினகண், இரு – வீற்றிரு மென்பதாம்.

நீர்வளமானது நிலவளத்தூறிய வகத்து வாழ்தலே பஞ்சமற்ற வாழ்க்கைக்கு இடமாதலின், நீர் வளம் பொருந்தியவிடத்து வாழ்கவேண்டுமென்பது கருத்து.

நீர்வளம் நிறைந்தவிடம் மக்கள் தேகசுத்தத்திற்கும், சுகத்திற்கும், தானிய விருத்திக்கும் இடமாதலின், மனோசுத்தம் வாக்குசுத்தம் தேகசுத்தமாம் திரிகரணசுத்தத்தை நாடும் ஞானத்தாய் முதல்வாசகத்திற் கூறியுள்ள சனி நீராடென்னும் வாசகத்துக்கு இணங்க இரண்டாம்வாசகத்தில் சனிக்கும் நீருற்றுள்ள வூரகத்து வாழென்று கூறியுள்ளாள்.

52. நுண்ணியகருமமு மெண்ணித் துணி.

நுண்ணிய – சிறிய, கருமமும் – தொழிலேயாயினும், எண்ணி – தேறவாராய்ந்து, துணி – செய்வதற்கு முயலுமென்பதாம்.

ஓர் சிறியகாரியமேயாயினும் அக்காரியத்தை சரிவர ஆராய்ந்து செய்தலே நன்று.அங்ஙனமின்றி காரியம் சிறிதென்று கவனமற்று செய்வதாயின் சிறுகாரியமே பெருநஷ்டத்திற் குள்ளாக்குமென்று உணர்ந்த ஞானத்தாய் நுட்பச்செயலாயினும் முன்பின் ஆராய்ந்துச் செய்யுமென்று கூறியுள்ளாள்.

திரிக்குறள்

"எண்ணித் துணிக கருமந் துணிந்தபின்
ணெண்ணுவ தென்பதி ழுக்கு"

53. நூன்முறைதெரிந்து சீலத்தொழுகு.

நூல் – கலைநூலில், முறையை – வழியை, தெரிந்து – அறிந்து, சீலத்தில் – நன்மார்க்கத்தில், ஒழுகு – நடவாயென்பதாம்.

உலகத்திலுள்ள மக்களில் சிற்சிலர் தங்கடங்கள் சுயப் பிரயோசனங் கருதி எங்கள் தேவனே தேவன் எங்கள் தேவனை நம்பினவர்களே நேரில் மோட்சம்போவார்கள் மற்றவர்கள் நரகம் புகுவார்களென்று சிறுகுழந்தைகளுக்கு ஐந்துக் கண்ணன் பயங்காட்டுவதுபோல் பேதைமக்களை வஞ்சித்து பொருள் பரிப்பான்வேண்டி வரைந்துள்ள பொய்நூற்களும் அனந்தமுண்டு. அத்தகைய நூற்களை நன்காராய்ந்து பொய்யகற்றலே நூன்முறை தெரிதலாகும்.

அங்ஙனமாய பொய்யகற்றி அநுபவத்திற்குங் காட்சிக்கும் பொருந்திய மெய் காணவேண்டியவர்கள் ஆதிதேவனாம்

புத்தபிரானால் கண்டருளிய முதநூலும், அதையடுத்த சார்புநூற்களுமே, சீலத்திற்கும், ஒழுக்கத்திற்கும் ஆதாரமாகும். ஆதலின் பேதைமக்கள் பலநூற்களையும் நம்பி பாழடையாது நூன்முறை தெரிந்து ஒழுக வேண்டுமென்பது அம்மன் கருத்தாம்.

அருங்கலைச்செப்பு

"என்று முண்டாகி யிறையால் வெளிப்பட்டு
நின்றது நூலென்றுணர்."

நன்னூல்

"வினையினீங்கி விளங்கிய வறிவின்
முனைவன் கண்டது முதநூலாகும்."
மனக்கோட்டம்நீக்கி துக்க நிவர்த்திசெய்வ
தெதுவோ அதுவே நூலென்னப்படும்.
உரத்தின் வளம்பெருக்கி யுள்ளிதீமெய்ப்
புரத்தின் வளபொல்லாமுருக்கிப் – மரத்தின்
கனக்கோட்டத்திர்க்கு நூலஃதேபோன்மாந்தர்
மனக்கோட்டந் தீர்க்குநூன் மாண்பு

சீவகசிந்தாமணி

காமனன்னதோர் கழிவனபறிவோடு பெறினு
நாமனற்கதி நவைவரு நெறிபல வொருவி
வாமனுனெறி வழுவறத் தழுவின ரொழுக
லேமவெண்குடை யிறைவமற்றியாவது மரிதே

திரிக்குறள்

நூலாருணூல் வல்ல னாகுதல் வேலாருள்
வென்றி வினையுரைப்பான் பண்பு

54. நெஞ்சை யொளித்திரு வஞ்சகமில்லை.

நெஞ்சை – மனதை, ஒளித்து – அடக்கி, இரு – இருப்பாயாயின், வஞ்சகம் – உள்ள கடுஞ்சினம், இல்லை – அகன்றபோமென்பதாம்.

தன்மனமாகிய நெஞ்சமே தனக்கு சான்றாதலின் அதிற்றோன்றும் வஞ்சினம், பொறாமெய், சூது, முதலியவற்றை அகற்றி நெஞ்சை நன்மார்க்கத்தி னோடே ஒளிப்பானாயின் அவனுக்கு ;துக்கமென்பது யெக்காலு மில்லையாகும்.

அங்ஙனமின்றி நெஞ்சை ஒளித்தவர் போல் துறந்தோரென வேஷ மிட்டு பேதைகளை வஞ்சித்து பொருள் பரித்துண் பாருமுண்டு. அத்தகைய வஞ்சிக்கும் வாழ்க்கைபெறாது நெஞ்சை ஒளித்திருப்பதே நலமென்று கூறியுள்ளாள்.

திரிக்குறள்

**"நெஞ்சிற்றுறவார் துறந்தார்போல் வஞ்சித்து
வாழ்வாரின் வன்கணா ரில்"**

55. நேரா நோன்பு சீராகாது.

நேரா – தனக்கு கூடிவரா, நோன்பு – கொல்லாமெய், சீராகாது – தனக்கு சுகங்கொடா தென்பதாம்.

அதாவது கொல்லா விரதமென்னும் நோன்பை நோற்பவன் மற்றொருவன் கொன்ற மாமிஷத்தைத் தின்பானாயின் தானோற்கும் நோன்பிற்கு நேராகாதென்பது கருத்து. மாமிஷம் தின்போன் இல்லாவிடின் கொல்வோன் அதிகரிக்கான்.

திரிக்குறள்

**"தினற்பொருட்டாற் கொல்லா துலகெனின்யாரும்
விலைப்பொருட்டா லூன்றருவாரில்."**

56. நைபவ ரெனினு நொய்யவு ரையேல்

நைபவர் – வருந்தும் ஏழைகளாக, எனினும் – இருப்பினும், நொய்ய – அவர்கள் மனம் வருந்த, உரையேல் – பேசாதேயென்பதாம்.

நமக்குள் அடங்கி வாழக்கூடிய ஏழைகளாயிருப்பினும் அவர்களது மனங்குன்ற பேசலாகாதென்பது கருத்து.

57. நொய்யவரென்பவர் வெய்யவ ராவர்.

நொய்யவரென்பவர் – ஒருவரை மனனோகப் பேசுகிறவர்கள், வெய்யவர் – கொடுஞ்சினத்தோர், ஆவர் – என்னப்படுவார்கள்.

ஒருவரை மனனோகப் பேசும்படியாய வார்த்தையை உடையோர் கோபத்திற் குடிகொண்டிருப்பவரென்பது கருத்து.

58. நோன்பென்பது கொன்று தின்னாமெய்.

நோன்பென்பது – தம் மெய்யை காப்பதென்பது, கொன்று – சீவப்பிராணியை வதைத்து, தின்னாமெய் – மாமிஷத்தைப் புசியா தேகி யென்பதாம்.

தன் தேகத்தைக் காக்க வேண்டிய நோன்பினு உடையோன் சீவப்பிராணிகளுக்குத் துன்பத்தைச் செய்யாது காக்க வேண்டுமென்பது கருத்து. அங்ஙனமின்றி புறமெய்யை வதைத்து தன் மெய்யை வளர்க்க வேண்டியதாயின் புற உயிரை வதைத்துண்டு வளர்ந்த தேகம் அஃதுணர்ந்த உபாதையை உணர்ந்தேதீரல் வேண்டும்.

திரிக்குறள்

"தன்னூன் பெருக்கற்குத்தான் பிறிதூனுண்பா
னெங்கன மாளுமருள்."

59. பண்ணியபயிரிற் புண்ணியந் தெரியும்.

பண்ணிய – தான் உழுதுவிளைத்த, பயிரில் – தானிய வளர்ச்சியில், புண்ணியம் – தனது நற்கருமம், தெரியும் – விளங்கும் என்பதாம்.

"சூதன் கொல்லையில் மாடுமேயு" மென்னும் பழமொழிக் கிணங்க அவனவன் துற்கன்மத்தின் பாப்பலனை அறிய வேண்டின் அவன் விளைத்த பயிர் மழையின்றி மடிவதும் வெட்டுக்கிளிகளால் நாசமடைவதும், புழுக்களால் மாளுவது மாகிய செயலால் விளங்கும்.அவனவன் நற்கருமத்தின் புண்ணிய பலனை அறியவேண்டின் அவன் விளைத்த பயிர் காலமழையால் ஓங்கி வளரவும், வெட்டுக்கிளிகளும் புழுக்களும் அணுகாது

தானியவிருத்தி கூடுவதுமாகிய செயலால் விளங்கும். புண்ணிய பலனை பண்ணியபயிரில் காண்கவென்று கூறியுள்ளாள்.

60. பாலோடாயினுங் காலமறிந்துண்.

பால் – பசுவின்பாலுடன், ஆயினும் – அன்னத்தையாயினும், மற்றும் பலகாரத்தையாயினும் புசிப்பதாயின், காலமறிந்து – காலை, மாலை, மத்தியமென்னும் முக்காலமறிந்து, உண் – புசிக்கக்கடவாயென்பதாம்.

பாலுடன் கலந்த பழத்தையாயினும், பாலுடன் கலந்த சோற்றையாயினும் உண்ணவேண்டுமாயின் காலையில் உண்ணவேண்டுமென்று பாகசாஸ்திரங் கூறியுள்ளபடியால் காலமறிந் துண்ணென்று வற்புறுத்திக்கூறியுள்ளாள்.

கன்மச்சூத்திரம்

"காலையி லமுதும் மத்தியந் தயிர்மோர்
மாலையில் வெந்நீர் வழங்குக நன்றே
காலை யமுதங் கருத்தூர விதய
தூலபலத்தின் செய்கையதாமே
மத்திய தயிர்மோர் பாக மருந்தல்
பித்தப் பிணியை போக்குவதாகும்.
மாலை வெந்நீர் வாழ்க்கை யருந்தல்
கூல வாயாசக்குறைச் சோர்வகலும்
காலையிற் பாக்கை கணமுறப் பெருக்கில்
சீலவலத்தை சேர்க்காதகற்கும்
மத்தியச் சுன்னம் வாயிற் பெருக்கல்
சித்தியாம் பசியும் சீரண முண்டாம்.
மாலை வெற்றிலை வளரப் பெருக்கில்
வாலவாய் மணங் கொடுப்பதுதானே.

தாம்பூலம் இடுவதில் காலையில் பாக்கை அதிகரித்தல், மலத்தைக் கழிக்கவும், மத்தியானத்தில் சுண்ணாம்பை அதிகரித்தல் ஜீரணசக்தி கொடுக்கவும் மாலையில் வெற்றிலையை அதிகப்படுத்துவதால் வாய்மணம் வீசுவதாம். மூன்று பலன் களுண்டவதுபோல் காலையில் பாலை அருந்துவதும்,

பலகாரங்களுடன் சேர்ப்பதும், இதயகோசம் வலுபெரும். மத்தியானநந் தயிர் மோர் சேர்த்தல் பித்தசாந்தி யுண்டாம். மாலையில் வெந்நீரருந்தல் ஆயாசமும் நரம்புகளின் சோர்வு நீங்கும்.

இத்தியாதி பதார்த்த குணா குணங்களையும் ஞானத்தாய் நன்குணர்ந்தவளாதலின் பசுவின் பால் மிக்கவிருக்கினுங் காலமறிந் துண்ணவேண்டுமென்று கூறியுள்ளாள்.

61. பிறன்மனை புகாமெ யறமெனத் தகும்.

பிறன் – அன்னியனுடைய, மனை – மனைவியை யிச்சித்து, புகா – அவளில்லம் நுழையாத, மெய் – தேகமே, அறம் – சத்திய தருமத்தை பெற்றது, எனத்தகும் – என்று கூறத்தகும் யென்பதாம்.

அன்னியனுடைய மனைவியை யிச்சித்து அவளில்லம் புகாத தேகமே அறச்சுக தேகமென்று கூறியுள்ளாள்.

மூவர்தமிழ் – நாலடிநானூறு

“அறம்புகழ் கேண்மெய் பெருமெயி ந்நான்கும்
பிறன்றார நச்சுவார் சேரா – பிறன்றார
நச்சுவார் சேரும் பகைபழிபாவ மென்
றச்சத்தோடிந்நாற் பொருள்.”

62. பீரம் பேணிற் பாரந் தாங்கும்.

பீரம் – வீரம், பேணில் – கொள்ளில், பாரம் – பெருஞ் சுமையை, தாங்கும் – சுமக்கக்கூடும் என்பதாம்.

யாதொன்றுக்கும் அச்சமின்றி வீரமுற்றுள்ள புருஷன் தனக்கு அதிகபாரமுற்ற சுமையே ஆயினும் வீரத்தன்மையால் அதனை யெளிதிலேந்திச் செல்வானென்பது துணிபு.மனோதிடமும், தைரியமுமுள்ள புருஷன் எடுத்தகாரியத்தை எளிதில் முடிப்பானென்பது கருத்து.

63. புலையுங் கொலையுங் களவுந்தவிர்.

புலையும் – மாமிச யிச்சையையும், கொலையும் – சீவ யிம்ஸை

யையும், களவும் – அன்னியர் பொருளை யபகரித்தலையும், தவிர் – அகற்றுமென்பதாம்.

நாவுக்குரிய உருசியின் அவா மிகுதியால் மாமிஷ இச்சை யுண்டாயின், கொலையாம் சீவயிம்சைக்கு அஞ்சான் சீவர்கள் கிடையாவிடின் அவற்றை விலைக்குக் கொள்ளுதற்கு அன்னியர் பொருளை களவுசெய்ய அஞ்சான் அக்களவின் அவாவால் தன்மையொத்த மக்களையும் வதைக்க அஞ்சான் ஆதலின் ஞானத்தாய் புலையின் இச்சை முதலாவது அகற்றவேண்டுமென்று கூறியுள்ளாள்.

அருங்கலைச்செப்பு

ஊனுண் டுடலை யுறக்க விருப்போன்
தானுண் டலைவான் தவிர்.
புலையுண்ணு மாசை பிறவூ னருந்தல்
கொலையுண்ணற் கஞ்சாக் குறி
புலைவெறுத்தோனென்னும் புன்மெயின்சான்று
கொலையகற்றாற் காட்டிவிடும்.
ஊண் தின்னேனெனு முறுதி யுரைப்பார்க்கு
தான் கொலையுண் சீவன் கரி
சீவனுயிரை சிதைக்கே னெனக் காணல்
ஆவல்புலா விச்சை போம்.

பரப்பொருளை வல்வி புலானுன் டுகித்தோன்
றிரக்கொலைக்குத்தாரன் றெளி
தேவர்கட் கென்பான் றீயிற்சுட்டுண்பான்
பாவிக்குமாமோ பரம்
ஊனாசைக்கொண்டு வுயிர்சுட்டுத் தின்பான்
றானூனைத் தின்பான் றலை
வேள்விதீ யென்பான் வெறுயிர் சுட்டுண்பான்
மாள்வான்கொல் மற்றுயிராலென்.
புலாலாசையற்று புண்ணியத்தி னின்றோன்
நிலாமதிய நீள்விசும்புளான்.

64. பூரியோர்க்கில்லை சீரியவொழுக்கம்.

பூரியோர்க்கு – நீச்சமிகுத்த கீழ்மக்களுக்கு, சீரிய – சீர்பெற வேண்டிய, ஒழுக்கம் – நன்மார்க்கம், இல்லை – கிடையாதென்பதாம்.

அதாவது, பொய், வஞ்சினம், சூது, பொறாமெய் குடி கெடுப்பு நிறைந்த கீழ்மக்களுக்கு மெய்ப்பேசுதல் சகலரிடத்தும் அன்புபாராட்டல், நெஞ்சங் களங்கமற்றிருத்தல், சகலர் சுகத்தையுங்கண்டு ஆனந்தித்தல், தங்களைப்போல் சகலரும் சுகமடைய விரும்பல் ஆகிய சீர்பெறும் ஒழுக்கங்களை நோக்கார்களென்பது கருத்து.

“அப்பா திருடாதே” திருடனெனனும் பெயரை யெடுக்காதே, அது கீழ்மக்கள் செயலென்பாராயின்“, எங்கள் குலமே திருட்டு குலம், எங்கள் சீவனமே திருட்டுசீவனம், எங்களைத் திருடனென்னாது வேறென்னப் பெயரால் அழைப்பதென்பான் சீரிய ஒழுக்கமற்றோன்.

அப்பா குடியாதே, கட்குடியனென்னும் பெயரை எடுக்காதே, அது கீழ்மக்கட் செயலென்பார்களாயின் ஆ! ஆ! எங்கள் குலமே குடிப்பது வழக்கம் குடிக்காவிட்டால் குடியனென்னும் பெயர் மறைந்துபோமே? கள் குடியனென்னும் பெயர் சொல்லிக்கொண்டே ஏன் முன்னுக்கு வரப்படாதென்று தாங்கள் பிறந்த குலத்தளவின் குணத்தையே காட்டுவார்கள். ஆதலின் செயலாலுங் குணத்தாலுந்தோன்றுங் கீழ் மக்கள் மேன்மக்கள் என்போர்களின் குணாகுணங்களை நன்குணரந்த ஞானத்தாய் சீரியவொழுக்கங்கள் பூரியோரிடத்துக் காண்பது அரிதென்று கூறியுள்ளாள்.

சீவகசிந்தாமணி

கற்பூரப் பாத்திகட்டி கஸ்தூரி யெறுபோட்டு கமழ்நீர்ப் பாய்ச்சி
பொற்பூரப் முள்ளரியை விதைத்தாலுமதின் குணத்தைப்
பொருந்தாக்காட்டும்
சொற்பேதையர்க்கறிவு யினிதாக வருமெனவே
சொல்லினாலும்
நற்பேதம் வாராதங் கவர் குணமே மேலாக நடக்குந்தானே.

பழமொழி விளக்கம்

சிறியவரா முழுமூடர் துரைத்தனமாயுலகாளத் திரம் பெற்றாலும்
அறிவுடையார் தங்களைப்போ லன்படையார் புகழுடையா ராகமாட்டார்
மறிதருமான் மழுவேந்துந் தண்டலை நீ நெறியாரே வாரி வாரி
குறுமணிதாளிட்டாலுங் குருடி கண்ணிற் கண்ணாகிக் குணங் கொடாதே

65. பெற்றியார்க்கில்லை சுற்றமுஞ் சினமும்.

பெற்றியார்க்கு – குணங்குடி கொண்டார்க்கு, சுற்றமும் – உறவின் முறையாரும், சினமும் – கோபமும், இல்லை – கிடையாதென்பதாம்.

பெற்றி என்னுங் குணத்தை குடிகொள்ள வைத்தவர்களுக்கு சுற்றத்தா ரென்னுங் குடும்பமென்பதுமில்லை, சினமென்னுங் கோபமில்லையென்பதுகருத்து.

பாம்பாட்டி சித்தர்

மனமென்னுங் குதிரையை வாகனமாக்கி
மதியென்னுங் கடிவாளம் வாயிற் பூட்டி
சினமென்னுஞ் சீனிமேற் சீராயேறி
தெளிவுடன் சாரிவிட் டாடாய் பாம்பே.

66. பேதமே யென்பது மாதர்க் கொருபெயர்.

பேதை – அறிவற்ற, மெய் – தேகமென்பது, மாதர்க்கு – பெண்களுக்கு, ஒருபெயர் – குறித்துள்ளவோர் பெயராகு மென்பதாம்.

பெண்களுக்குரிய வாலை, தருணி, பிரிவிடை, விருத்தை என்னும் நான்கு பருவத்துள் எழுவகைவயதின் பெயர் களுண்டு. அதாவது ஐந்து வயது முதல் ஏழு வயதளவும் பேதைப்பெண்ணென்றும், எட்டுவயது முதல் பதினொரு வயதளவும் பெதுமெய்ப்பெண்ணென்றும், பன்னிரண்டு

முதல் பதின்மூன்று வயதளவும் மங்கைபெண்ணென்றும், பதினான்கு வயது முதல் பத்தொன்பது வயதளவும் மடந்தைப் பெண்ணென்றும், இருவது வயது முதல் இருபத்தைந்து வயதளவும் அரிவைப் பெண்ணென்றும், இருபத்தாறு வயதுமுதல் முப்பத்தோரு வயதளவும் தெரிவைப்பெண்ணென்றும், முப்பத்திரண்டு வயது முதல் நாற்பது வயதளவும் பேரிளம் பெண்ணென்றும் எழுவகைப் பெயர்களுண்டு.

67. பையச் சென்றால் வையந் தாங்கும்.

பைய – மெல்லெனச், சென்றால் – செல்லுவோமாயின், வையம் – பூவுலகு, தாங்கும் – யேந்துமென்பதாம்.

உலகத்தின்கண் வார்த்தை மிருதுவாகவும் நடத்தை அமைதி யாகவும், செயலை நிதானமாகவும் செய்துவருவோமாயின் வையத்துள்ள சகல மக்களாலும் ஏந்திப் புகழப்படுதல் அநுபவமாதலின் சகலகாரியங்களையும் நிதானித்துச் செய்வோர் களை வையந் தாங்குமென்று வற்புறுத்திக் கூறியுள்ளாள்.

நீதிவெண்பா

சீலமில்லா னேதேன செப்பிடினுந்தானந்தக்
கால மிடமறிந்து கட்டுரைத்தே யேலவே
செப்பு மவனுந்தான் சிந்தை நோகாதகன்று தப்புமவ
னுத்தமனே தான்.

68. பொல்லாங்கென்பவை யெல்லாந் தவிர்.

பொல்லா – கொடிய, ஆங்கு – அங்கம், யென்பவை – யென்று சொல்லும் படியான, எல்லா – சகலகுற்றங்களையும், தவிர் – அகற்றிவிடுமென்பதாம்.

அதாவது தேக குற்றம், வாக்கு குற்றம் மனோகுற்றங்களாகும். முத்தோஷங்களமைந்த பொல்லா அங்கத்தோனென்னும் பெயரெடாது அக்குற்றங்களைத் தவிர்த்து வாழ்கவேண்டு மென்பது கருத்து.

69. போனக மென்பது வானவர் விருந்து.

போனகம் – காமதேனு அல்லது கற்பக விருட்சம், என்பது – என்று கூறும்படியானது, வானவர் – மக்கள் நிலைகடந்து தெய்வநிலை யடைந்தவர்கள், விருந்து – தங்களை யண்டினோர்க் களிக்கும் அமுத மென்னப்படும்.என்பதாகும்.

தாயுமானவர் கூறியுள்ளபடி "போனகமமைந்ததென வக்காமதேனு நின்பொன்னடியினின்று தொழூமே" என்னுஞ் செய்யுளுக்குப் பகரமாய் காட்டிலும், குகைகளிலுந் தங்கி ஞான கருணாகர முகமமைந்த பெரியோர்களைக் காண வேண்டிவரும். அரசர்களுகுக்கும், குடிகளுக்கும் அக்காலுண்டாகும் பசிதாகத்தை நிவர்த்திக்கக் கூடிய ஒரமுதமென்னப்படும். காட்டில் தங்கியுள்ளவர்களுகுக் கேட்டதை அளிக்கும் ஓர் சித்தின் நிலைக்குப் போனகமென்னும் பெயரை அளித்துள்ளார்கள்.

காக்கைபாடியம்

"கேட்டவை யாவுங் கொடுக்கும் போனகம்
நாட்டுள் மாரியாய் நடக்கும் வானகம்
வீட்டினி லடங்கி யுள்ளொளி கண்டோர்
வாட்டமொன்றில்லா வாழ்க்கையதாமே!"

புத்தசங்கத்தோர் பிட்சா பாத்திரத்திற்கும் போனகமென்னும் ஓர் பெயருண்டு, அதுகொண்டே பட்டினத்தார் வற்றாத பாத்திரமென்றுங் கூறியுள்ளார். அதற்கு பகரமாய் மணிமேகலை–யிலுள்ள ஆபுத்திரன் காதையைக் காணலாம்.

அருங்கலைச்செப்பு

"வானகத்துட் சென்றார் மாபாத்திரமெடுத்தார்
போனகத்தா லுண்ட பொருள்
கரபாத்திரமெடுத்தார் காட்சி நிலைத்தார்
திரநேத்திர மமைந்த சீர்."

70. மருந்தும் விருந்தும் முக்குறை யகற்றும்.

மருந்தும் – ஒடதியும், விருந்தும் – விரும்பியுண்போர் புசிப்பும், முக்குறை – மூன்று தோஷங்களை, யகற்றும் – நீக்குமென்பதாம்.

அதாவது மருந்துண்பதினால் வாததோஷம், பித்ததோஷம், சிலேத்துமதோஷம் ஆகிய முத்தோஷங்களையும், விருந்தளிப்பதினால் எதிரிக்குப் பொருளில்லாக் குறையும், பசியின் குறையும், பிராண துடிப்பின் குறையும் நீங்கி சுகமடைவதால் விருந்தினால் நீங்கும் முக்குற்றங்களையும் மருந்தினால் நீங்கும் முக்குற்றங்களையும் ஏகபாவனையால் புசிப்பிற்சுட்டி பகர்ந்திருக்கின்றாள். விருந்துக்கு வருவோன் முக்குறையாவது இல்லாக்குறை, பசியின் குறை, காலக் குறையுமேயாம்.

71. மாரி யல்லது காரிய மில்லை.

மாரி – மழை, அல்லது – இல்லாமற்போமாயின், காரியம் – எடுக்குந் தொழில் யாவும், இல்லை – நடப்ப தரிதாகுமென்பதாம்.

உலகத்தில் மழைப் பெய்யாமற் போமாயின் சகலகாரியங்களுக்கும் ஆனியுண்டாய் பஞ்சம் அதிகரித்துப் பாழாம் என்பது கருத்து.

72. மின்னுக்கெல்லாம் பின்னுக்கு மழை.

மின்னுக்கெல்லாம் – வானில் மின்னல் தோன்றுவதின் சாட்சி, பின்னுக்குமழை – பிற்காலத்துக்குத் தகுந்த மழைப்பெய்யுமென்பதாம்.

வானில் மின்னல் மீருங்கால் ஆழிநீரையுண்டு ஆகாய கருப்பங் கொள்ளுவது அனுபவமாதலின் மின்னல் சாட்சியைக்கொண்டு மழையுண்டென்பதை உணர்ந்து உழுதுண்போர் விளைக்க விளக்கியுள்ளாள்.

73. மீகாமனில்லா மரக்கல மோடாது.

மீகாமன் – வோடசூஸ்திரன், இல்லா – இல்லாமற் போவானாயின், மரக்கலம் – ஓடம், ஓடாது – நீரிலோட்டுவது அரிதாகும் என்பதாம்.

ஓடத்தையோட்டும் சூஸ்திரனாகும் மீகாமனில்லாவிடில் மரக்கலத்தை நீரில் ஓடச்செய்வது கஷ்டமாகும். அதுகொண்டே "மாலுமியில்லா மரக்கலமேறலாகா"தென்பதும் முதுமொழி.

மீகாமன், மாலுமி, ஓடசூத்திரன், சுக்கானனென்னும் நான்கு தொழிற்பெயரும் நீரின்வேகமும், காற்றின் வேகமுமறிந்து ஓடத்தை ஓட்டுவோன் பெயராகும்.

74. முற்பகற் செய்யின் பிற்பகல் விளையும்.

முற்பகல் – காலையில், செய்யின் – செய்யும் வினையின் பயனானது, பிற்பகல் – மாலைக்குள், விளையும் – வெளிவரு மென்பதாம்.

யாவருக்குந் தெரியாதென்னும் ஓர் காரியத்தை மறைந்து செய்தபோதினும் அக்காரியம் தன்னிற்றானே வெளிவருமென்பது கருத்து.

75. மூர்தோர் சொல் வார்த்தை யமிர்தம்.

மூத்தோர் – விவேகமுதிர்ந்தோர், சொல் – வாக்கியமானது, வார்த்தை – சொற் சுவையாம், அமிர்தம் – நீதிபோத மென்னப்படும்.

விவேகமிகுத்தோர் போதிக்கும் நீதிவாக்கியங்களை செவி–யிற் கேட்டு அதன்மேறை நடப்பவனெவனோ அவன் சகல துக்கங்களையும் போக்கி சுகநிலைய அடைபவனாதலின் மூர்தோர் வாக்கியமாம் அமுதுண்ணடோன் மென்பது கருத்து.

ஒடதியென்னும் அவுடதம் உண்பதால் பிணி நீங்கி ஆரோக்கியமடைவதுபோல் மூர்தோர் வாக்கியமென்னும் அமுதால் துக்கம் நீங்கி சுகமடைவதே காட்சியின் இனிதென்னப்படும்.

76. மெத்தெனப்படுத்தல் நித்திரைக்கழகு.

மெத்தென – மெல்லிய பஞ்சணையில், படுத்தல் – சயனித்தல், நித்திரைக்கு – தூங்குகைக்கு, அழகு – சுகமென்னப்படும்.

மிருதுவாகியப் பஞ்சுமெத்தையின் மீது படுத்தல் சுகமான நித்திரைக்கேது உண்டாமென்று விளக்கியுள்ளாள்.

77. மேழிச்செல்வங் கோழைப்படாது.

மேழி – ஏறு பிடித்து உழுதுண்பவனின், செல்வம் – திரவியமானது, கோழைப்படாது – குறைவுபடாது என்பதாம்.

அதாவது ஏருபிடித்து உழுதுண்ணும் உழைப்பாளி யானவன் எத்தொழிலையும் அஞ்சாது செய்யும் தைரியமுடையவனா தலின் அவன் கஷ்டமாகியத் தொழில்களில் எவற்றையேனுஞ் செய்துசம்பாதித்து தனது திரவியங் குறையாது நிரப்புவான் என்பது கருத்து.

78. மைவிழியாடன் மனையகன்றொழுகு.

மைவிழியாள – கண்களில் மைதீட்டும் விலைமகள், மனை – வீட்டிற்கு, அகன்று – விலகி, ஒழுகு – நன்மார்க்கத்தில் நடவென்பதாம்.

கண்ணால் விழித்து மயக்கி தனது வயப்படுத்தும் விலைமகளின் வீட்டினருகே வாழ்தல் எவ்விதத்துங் கேட்டைத்தரும் வாழ்க்கை யாதலின் அவள்வீட்டின் அருகே வாழ்தல் ஒழுக்கத்திற்கு இழுக்கென்பது துணிபாம். மைவிழியாள் – ஆண் மக்களை மயக்கக்கூடிய கண்களையு உடையவளென்பதும் பொருந்தும்.

79. மொழிவது மறக்கி னழிவது கருமம்.

மொழிவது – தனது தாய் தந்தையாராலேனும், தன்னை ஆண்டு வருபவனாலேனுங் கூறிய வார்த்தையை, மறக்கின் – மறந்துவிடில், கருமம் – அத்தொழிலானது, அழியும் – கெட்டுப்போமென்பதாம்.

தனது எஜமானனாகும் ஆண்டவன் ஏவிய மொழியை மறபானாயின் அக்கருமத்திற்கே கேடுண்டாயதென்பது கருத்து.

80. மோனமென்பது ஞானவரம்பு

மோனமென்பது – பற்றற்ற நிலையென்று கூறுவது, ஞானம் – அறிவினாற் கட்டப்பட்ட, வரம்பு – வரப்பு அல்லது எல்லையத்துவென்று கூறப்படும் என்பதாம்.

விவேக விருத்தியற்று வீணில் அலைந்து திரியும் மனதை அடக்கியாள்வ தென்னப்படும்.அதாவது விவேகமென்னும்

அறிவைக்கடந்து மனம் மலையாதுநிற்கும் சுகவாரிக்கு ஒப்பாய பற்றற்ற நிலையென்பது கருத்து (வரம்பு – வரப்பு, அத்து, எல்லை)

வளவன் – தானிய சம்பத்துள்ளவன், ஆயினும் – இருப்பினும் அளவறிந்து – தன் குடும்பத்துக்குப் போதுமான திட்டந்தெரிந்து எடுத்து – பண்டியினின்று மொண்டு, உண்ணு – சமைத்துப் புசிக்கக்கடவா யென்பதாம்.

பூமிச் செல்வமாகும் தானிய சம்பத்து ஏராளமாக இருப்பினும் அவற்றை வீண்விரயஞ் செய்யாது தன்செலவுக்குத் தக்கவாறு எடுத்து உபயோகித்துக்கொள்ளவேண்டும் என்னும் செட்டு நிலையை ஞானத்தாய் உழுதுண்ணும் வேளாளத் தொழிலாளருக்கு விளக்கியுள்ளாள்.

82. வானஞ்சுருங்கிற் றானஞ்சுருங்கும்.

வானம் – காலமழை, சுருங்கில் – குறைந்துபோமாயின், தானம் – பூமிவளம், சுருங்கும் – தானியவிளைவு குன்றுமென்பதாம்.

எத்தகைய பெருக்கதானியப் பண்டிகள் நிறைந்திருப்பினும் ஓராண்டு கால மழை தவறுமாயின் தானியவிருத்தி குன்றி குடிகள் கஷ்டத்தை அனுபவிக்க வேண்டி நேரிடுமாதலின் வளநாடனும் தானியச்சம்பத்து நிறைந்துள்ள வனாயினும் அளவறிந்து செலவு செய்யவேண்டுமென்று முன் வாசகத்திலும் மொழிந்துள்ளாள்.

83. விருந்திலோர்க்கில்லை பொருந்திய வொழுக்கம்.

விருந்து – நிதம் ஒருவருடன் கலந்து புசிக்கும் புசிப்பு, இல்லார் அற்றிருப்போர்க்கு, பொருந்திய – சேர்ந்து வாழக்கூடிய, ஒழுக்கம் – நல்வாழ்க்கைத்துணை, இல்லை – அவர்களுக்கு கிடையாதென்பதாம்.

அனவரதம் ஒருவருக்கு அன்னமிட்டு உண்ணும் அன்பில்லாமல் கோபம் நிறைந்திருக்குமாயின் அவனை நெருங்கி ஒருவனும் அணுகாது வாழ்க்கைத் துணை அற்றுபோமென்பது கருத்து.

84. வீரன்கேண்மெய் கூரம்பாகும்.

வீரன் – யுத்தவல்லபனை கேண்மெய் – நேசித்த தேகிக்கு, கூரம்பு – சாணை – தீர்த்தவேலை, ஆகும் – கையிலேந்தியுள்ளதற்கு ஒக்கும்என்பதாம்.

யுத்தத்தில் வல்லமெய் உடையோனை நேசித்ததுள்ளவன் கூறிய அம்பை எக்காலுங் கரத்திலேந்தி இருக்குங்கால் எவ்விதத்துந் தன் கரத்தைக் காயப்படுத்துவதுபோல் ஏதேனும் ஓர்நாளில் வீரனால் உபத்திரவமடைய நேரும் ஆதலின், வீரன் கேண்மெயை விரும்பாதே என்பது கருத்து.

85. உரவோனென்கை யிரவா திருத்தல்.

உரவோன் – தேகவுரம் பெற்றவன், என்கை – யென்போன், இராவாது – மற்றொருவர்பா லிரந்துண்ணாது, இருத்தல் – இருக்கவேண்டு மென்பதாம்.

அதாவது தேகத்தில் யாதாமோர் பழுதின்றி உரமாகும் பலமுற்றிருப்போன் ஒருவரையடுத்து இரந்துண்ணாது தேகத்தை வருத்தி உழைத்துண்ணவேண்டுமென்பது கருத்து.

86. ஊக்கமுடைமெய் யாக்கத் திற் கழகு.

ஊக்கம் – இடைவிடாமுயற்சி, உடைமெய் – உடையவனின், யாக்கத்திற்கு – உருவிற்கு, அழகு – சிறப்பென்னப்படும்.

எத்தொழிலை எடுப்பினும் அவற்றை இடைவிடா முயற்சியினின்று சாதித்து முடிக்கும் தேகியை சிறப்பித்துக் கொண்டாடுவது இயல்பாதலின் முயற்சியின் அழகை சிறப்பித்து கூறியுள்ளாள்.

87. வெள்ளைக்கில்லை கள்ளச்சிந்தை.

வெள்ளைக்கு – சுத்தவிதயமுள்ளார்க்கு, கள்ளச்சிந்தை – வஞ்சினம், கபடு, சூதுமுதலிய துற்குணங்கள், இல்லை – இராவென்பதாம்.

குணமென்னுங் குன்றேறிய சுத்தகுணமுள்ளாரிடத்து வஞ்சினம், கபடு, சூது முதலியதுற்குணங்கள்யாவும் அணுகாதென்பது கருத்து.

88. வேந்தன்சீறி னாந்துணையில்லை.

வேந்தன் – ஆளும் அரசனானவன், சீறின் – சினந்துநிற்கின், ஆந்துணை – அவனைத் தடுத்தாளும் உதவி, இல்லை – வேறில்லை யென்பதாம்.

தேசத்தை ஆளும் அரசனுக்கு ஒருவன் மீது மீறியக் கோபமுண்டாயின், அவனது கோபத்தை அடக்கி காப்போர் அங்கு ஒருவருமில்லை என்பது கருத்து.

89. வையந் தொடருந் தெய்வந் தொழு.

வையம் – புடவி பாசமானது, தொடரும் – உன்னை யெக்காலத்திலும் பின்பற்றுமாதலின், தெய்வம் – தேய்வகமாம் உண்மெய்யைத், தொழு – உள்ளொளி கண்டொடுங்கு மென் பதாம்.

பாச அடவியின் பந்தப்பற்றானது வண்டி எருதின் காலை சக்கரந் தொடர்ந்து செல்லுவது போல் மாறா பிறவிக்கும், மீளா துக்கத்திற்கும் கொண்டுபோய்விடும். ஆதலின் தெய்வகமாம் உள்ளொளியில் அன்பை வளர்த்தி ஒடுங்கவேண்டுமென்பது கருத்து.

ஔவைக்குறள்

"அந்தத்தி லங்கி யழபோலத் தானோக்கில்
பந்தப் பிறப்பறுக்கலாம்."

90. ஒத்தவிடத்து நித்திரைக்கொள்.

ஒத்தவிடத்து – உன் சாதனத்திற்கு நேர்ந்தவிடத்து, நித்திரை – தூங்காமற்றாங்கும் நிலையில், கொள்ளும் – உழ்காருமென்பதாம்.

நேர்ந்தவிடத்து ஆனந்த நித்திரையாம் துங்காமற்றூங்கும் நிலையை வற்புறுத்தியுள்ளாளன்றி தன்னை அறியாமற் தூங்கும் மரணத் தூக்கத்தைக் கூறினாளில்லை.

91. ஓதாதார்க்கில்லை யுண்மெயி லொழுக்கம்.

ஓதாதார்க்கு – நற்கேள் வியில் முயலாதார்க்கு, உண்மெ–

யிலொடுக்கம் – தன்னுட்டானே யொடுங்கி சுயம்பாம்நிலை, இல்லை – கிடையாதென்பதாம்.

ஆதலின் ஒவ்வோர் மக்களும் நீதிநூற்களை ஓதி உணர்ந்து உண்மெயில் அன்பை வளர்த்து புறமெய் வெறுத்து பிறவியறுத்து நிருவாணமடைய வேண்டுமென்பது கருத்து.

அவ்வையார் அம்மன் என்னும் பெயர்பெற்ற ஞானத்தாய் அருளிய இரண்டாம் வாசகம்.

ஔவையார் அருளிச் செய்த இரண்டாம் வாசகம் முற்றிற்று.

(இரண்டாம் வாசகம் மூன்றாமாண்டு 12 ஆம் இலக்கத்தில் தொடங்கி மூன்றாமாண்டு 24 ஆம் இலக்கத்தில் முடிவுறுகின்றது)

அறம் பதிப்பகம்
வெளியிட்டுள்ள புத்தகங்கள் - 2021

சுற்றுச்சூழல்

1. சுற்றுச்சூழலும் புத்த சமயமும்
மா.அமரேசன் *160*
2. நடுங்கும் நிலம் நடுங்கா மனம்
மா.அமரேசன் *130*
3. கண்ணுக்குப் புலப்படாத தண்ணீரும் புலப்படும் உண்மைகளும்
மா.அமரேசன் *50*
4. சுற்றுச்சூழலும் சாதியப் புனிதமும்
மா.அமரேசன் *100*

கட்டுரைகள்

5. தலித் தன் வரலாற்றுப் புதினங்கள்
முதுமுனைவர். மு. ஐயப்பன் *360*
6. சுவாமி சகஜானந்தா
பேரா.அ. அன்பானந்தன் *110*
7. சேரி ரெண்டுபட்டால்
மா. அமரேசன் *100*
8. நிலமெனும் ஆயுதம்
ஐ.ஜா.ம. இன்பகுமார் *250*
9. எழுத்தில்லா புத்தகம்
கெங்கைகுமார் *200*
10. சொற்களால் நெய்யப்பட்ட சவுக்கு
யாழன் ஆதி *150*
11. அதோ அந்தபள்ளிக்கூடந்தான்
மா. சுரேஷ் *100*

புத்தநெறி

12. தெய்வகடிகை
    பேரா. ஜெயபிரகாஷ் 200
13. கேரளாவில் பௌத்தம்
    பேரா. ஜெயபிரகாஷ் 300
14. மீட்சிபெறும் ஆதிபுத்த அரசன் வீர சாத்தன் வரலாறு
(சாத்தப்பாடி வரலாறு)
    சா.சீ.ஜோதிமணி 230
15. இளையராஜாவின் இசைப் பாடல்களில்
    புத்தச் சமயக் கோட்பாடுகள்
    மா.அமரேசன் 200

அயோத்திதாசர்

16. அயோத்திதாசப் பண்டிதரின்
    தமிழன் கடிதங்கள் தொகுப்பு – 1
    பேரா. விஜயகுமார் 800
17. ஆதிதிராவிடர் கட்டமைத்த அறிவுத்தளம்
    பேரா.செ.கலியபெருமாள் 260
18. பெரியாருக்கு முன் அயோத்திதாசப் பண்டிதர்
எழுத்துச் சீர்திருத்தம் ஓர் ஆய்வு
    அ. அன்பானந்தன் 50
19. திருக்குறள் மீட்டெடுப்பில் பண்டிதமணி
    அயோத்திதாசர் பணிகள்
    அ. அன்பானந்தன் 130
20. ஆத்திசூடி மீள் வாசிப்பு
    மா.அமரேசன் 240

திரைத்துறை

21. மகாமுனி – திரைக்கதை
    சாந்தகுமார் 390
22. சிவாஜி கணேசனின்
    மார்லன் பிராண்டோ உடனான ஓர் சமர்
    ம. தொல்காப்பியன் 100

கதைகள்

23. கூடிப்பேசும் பூக்கள்
மா. சுரேஷ் 130
24. கணவன் சொன்ன கதைகள்
க.இ. ஆரோன் ஜோஸ்வா ரூஸ்வெல்ட் 220
25. கிச்சிலிப் பயமாட்டம் பொண்ணு
பேரா. ஏ. மாரிமுத்து 330

கவிதைகள்

26. விடுதலை வெளிச்சம்
மன்னர் மன்னன் 110
27. தம்மபதம்
யாழன் ஆதி 210
28. காலி கோப்பையும் தானாய்
நிரம்பும் தேனீரும்
யாழன் ஆதி 110
29. போதலின் தனிமை
யாழன் ஆதி 150
30. நெடுநல்வாடான்
யாழன் ஆதி 50

சுயசரிதை

31. புலிப்பால்
பேரா.செ.கலியபெருமாள் 360

www.ingramcontent.com/pod-product-compliance
Lightning Source LLC
LaVergne TN
LVHW100313051026
849517LV00006B/2281
9789391480240